ஆராய்ச்சி முறைமை

கு.செந்தில் குமார்
பா.ஆவுடையம்மாள்

notionpress
.com

INDIA • SINGAPORE • MALAYSIA

ISBN 979-8-88606-861-0

உணர்வுப்பூர்வமான உண்மையான நோக்கம் உறுதியான
வெற்றியை அளிக்கும். மாணவர்களுக்கு சமர்ப்பணம்

முனைவர்.கு.செந்தில்குமார்
இணை பேராசிரியர்
அரசியல் மற்றும் பொதுநிர்வாக துறை
அழகப்பா பல்கலைகழகம்
காரைக்குடி

முனைவர்.பா.ஆவுடையம்மாள்
உதவி பேராசிரியர்
வணிகவியல் துறை
அழகப்பா அரசு கலை கல்லூரி
காரைக்குடி

உள்ளடக்கம்

முகவுரை

இன்று நாம் அனுபவித்து வரும் அத்துனை வளர்ச்சி சார்ந்த கண்டுபிடிப்புகளும் உருவாக்கங்களும் பல ஆயிரம் ஆண்டுகளாக பரிணாம அடிப்படையில் உருவான ஆராய்ச்சியின் விளைபயன்களாகும். முழு அறிவியலில் ஆராய்ச்சியானது மனித வாழ்க்கையை செளகர்ய ரீதியாக மேம்படுத்தியுள்ளது எனலாம். மருத்துவம், வானவியல், பூமி இயல், கடலியல் பொருளாதாரம் கட்டமைப்பு போன்ற எண்ணற்ற துறைகளில் நடத்த பெற்ற ஆராய்ச்சியின் நேர்மறை விளைவுகள் போற்றத்தக்கதாகும். இன்று கணினி மற்றும் வலைதளங்கள் மூலமாக உலகத்தையே வசப்படுத்தி உள்ளோம் என்றால் அது மிகை ஆகாது. அறிவியல் ஆராய்ச்சி அதிகரிக்கின்ற தருணத்தில் அதன் விளைவாக சமூகத்தில் பிரச்சினைகளும் அதிகரித்து வருவது எவராலும் மறுக்க இயலாது. சமூக வாழ்வில் இன்றைய சூழலில் மதம் சாதி இனம் உரிமைகள் பொருளாதார நிலை சட்டம் அதிகாரத்துவம் உலக அமைப்பு வளங்கள் போன்ற காரணிகளால் மனிதர்கள் இடையேயான தூரம் அதிகரித்து வருவதை நாம் கண்கூடாக காணலாம். மனிதம் மனிதநேயம் போன்ற பிரசித்தி பெற்ற புனிதமான விஷயங்கள் மறைந்து வருவதையும் நாம் காண முடிகிறது. இச்சூழ்நிலையில் சமூக ஆராய்ச்சி வெகு அவசியப்படுகிறது. சமூக பிரச்சினைகளை அலசி ஆராய்ந்து இளைய சமூகத்திற்கு அதன் முடிவுகளையும் உண்மைகளையும் அளிப்பது அடுத்த தலைமுறை வாழ்வாங்கு வாழ வழி வகுக்கிறது. மேற்க்கூறிய நோக்கத்தை மையமாக வைத்து உருவாக்கப்பட்டதே இப்புத்தகம்.சமூக அறிவியலில்

ஆராய்ச்சி செய்வதற்கு உண்டான கையேடு தமிழில் மிக குறைவு. ஆங்கிலத்தில் ஆராய்ச்சி தொடர்பான புத்தகங்கள் அதிகமாகவே உள்ளது. இப்புத்தகம் அந்த இடை வெளியை குறைக்கும் என்று நம்பப்படுகிறது. மேலும் முனைவர் பட்ட படிப்பை முறையாக பெறுவதற்கு இக்கையேடு கண்டிப்பாக ஒரு உதவும் கரமாக அமையும்.

முனைவர்.கு.செந்தில்குமார்
முனைவர்.பா.ஆவுடையம்மாள்

நன்றி

முனைவர். அ.சண்முகம், பேராசிரியர் & துறைத்தலைவர் (முன்னால்) அரசியல் அறிவியல் துறை, அண்ணாமலை பல்கலைகழகம்.

வேதியல் பேராசிரியர்கள், புனித வளவனார் கல்லூரி, திருச்சி

சக பேராசிரியர்கள், அரசியல் & பொது நிர்வாக துறை, அழகப்பா பல்கலைகழகம்

பேராசிரிய நண்பர்கள், அண்ணாமலை பல்கலைகழகம்

ஆசிரியர்கள் நண்பர்கள் கே.சி.எஸ்.எம், பள்ளி, மூங்கில்துறைப்பட்டு.

திருமதி.சிவகாமிகுப்புசாமி

கு.ரவிக்குமார்-அனுப்ரியா, பேராசிரியர், எஸ்.ஆர்.எம். பல்கலைகழகம், சென்னை.

கு.பிரியா-ராஜவடிவேலு மென்பொருள் நிர்வாகி, சென்னை

செ.ஹரிஹரன் செ.ஹரிணி அஷ்வின் நிவேதனா

இயல்-1
ஆராய்ச்சி முறைமை

ஆராய்ச்சி என்பது தேடல். நாலரை பில்லியன் ஆண்டுகலாகிறது உலகம் தோன்றி. இதுவரை நாகரிக வளர்ச்சி, தொழிற்நுட்பம், வானவியல், கடலியல், விவசாயம், சௌகரியமான வாழ்வு முறை, பணி-எளிமை, கிரகண - கண்டுபிடிப்புகள், இயற்கை பேரழிவுகள் ஆகிய அனைத்திலும் ஆராய்ச்சியின் பரிபலன்கள் பொதிந்து கிடக்கின்றன. ஆக்கத்தில் மட்டுமல்லாது, அழிவிலும் ஆராய்ச்சி உள்ளது. கலாச்சாரம் உருவானது எவ்வாறு? பண்பாடு என்பது யாது? மனித குலம் தோன்றியது எப்போது, எப்படி, எங்கே?. புவி ஈர்ப்பு முடுக்கம் எவ்வாறு செயல்படும்?, கிரகணங்களுக்கிடையேயான ஈர்ப்பு சக்தி யாது? உலகம் கடவுளால் படைக்கப்பட்டதா? அவர் எங்கே இருக்கிறார்? வானத்தில் கூடாரம் இருக்கிறதா? மின்னல், இடி, மழை, புயல் போன்றவை எவ்வாறு உருவாகிறது? தட்பவெப்ப சூழ்நிலை என்பது யாது? அண்டார்டிக்காவில் புயல் உருவாவது எதனால்? ஏன் மனிதன் கோபப்படுகிறான்? ஜாதி, மதம், போன்றவை கடவுளால் படைக்கப்பட்டதா (அ) மனிதனால் பாதுகாப்பிற்காக கொணரப்பட்டதா? அனுகுண்டை எவ்வாறு உருவாக்கினார்கள்? ராஜராஜ சோழன் காலத்தில் கப்பல்கள் இந்தோனேசியா வரை எவ்வாறு சென்றது? சக்தி மிகுந்த நாடுகள், உலகை கொள்ளையடித்ததா? உலகின் வளங்கள் எவ்வளவு? ஏன் வறுமை தொடர்கிறது? மக்கள் தொகை பெருக்கத்தை கட்டுக்குள் கொண்டு வர முடியாதா? எல்லோர்க்கும் எல்லாமும் கிடைக்காதா? பிறப்பு என்பது யாது? இறப்பை தள்ளிப்போடுவது எவ்வாறு?

செவ்வாய் கிரகணத்தில் வாழமுடியுமா? மனிதர்களை போலவே புதிய கருவியை மூளையுடன் உருவாக்க முடியுமா? இதுபோன்ற அத்தனை விஷயங்களுக்கும், கேள்விகளுக்கும் பதில் சொல்லும் பாதைக்கு பெயரே தேடல் (அ) ஆராய்ச்சி.

பிரச்சினைகள்தான்   ஆராய்ச்சியா?   பிரச்சனைகள் இல்லையென்றால் ஆராய்ச்சி தேவையில்லையா? கண்டிப்பாக தேவையில்லை.ஆனால் மனிதர்கள் சிந்திக்கும் திறன் பெற்றிருக்கும் வரை பிரச்சனைகள் கண்டிப்பாக இருக்கும்.பிரச்சினைகள் இருக்கும் வரை ஆராய்ச்சியும் இருக்கும்.

எந்த ஒரு நவீன தொழில்நுட்பப் பயன்பாடுகளுமின்றி ஆராய்ச்சி ஆயிரமாயிரம் ஆண்டுகளுக்கு முன்பாகவே நடத்தப்பட்டுள்ளது. சாணக்கியர் எழுதிய அர்த்தசாஸ்திரம், ஆர்யபட்டா, ப்ளாட்டோ, அரிஸ்டாட்டில், கோபர்னிகஸ், கலிலியோ, ரசல், ஐன்ஸ்டின், எடிசன், ரால்ஸ், லாஸ்கி போன்ற சமுக மற்றும் அறிவியல் ஆராய்ச்சியாளர்கள் தங்கள் மனதில் தோன்றிய சிந்தனைகளை அறிவு தொகுப்பாக மக்களின் பயன்பாட்டிற்கு சமர்ப்பித்துள்ளார்கள். நாம் இன்று அனுபவிக்கும் அத்தனை சௌகரியமான வாழ்விற்கும் அடித்தளமாக விளங்குவது ஆராய்ச்சியாகும். காற்றுக்குப் பதிலாக மின்விசிறிகள் மற்றும் குளிரூட்டிகள், இயற்கை ஒளிக்கு மாற்றாக மின்னோளிகள், சூடுபடுத்தப்பட்ட உணவு, செயற்கை நெருப்பு, சுத்தமான நீர் என்று மனிதன் இயற்கையுடன் போட்டி போட்டு நடத்திய போராட்டத்திற்குப் பெயரே ஆராய்ச்சியாகும். நாம் படிக்கும் அனைத்து பாடங்களும், யாரோ ஒருவர் எப்போதோ தன்னலத்தை பொருட்படுத்தாமல்   பொதுநலத்திற்காக   உண்டாக்கப்பட்டது ஆகும்.

இன்று நமக்கு உடல்நிலை சரியில்லையென்றால், மருந்து அருந்துகிறோம். மருந்து ஆராய்ச்சி என்பதே உலகில் நடக்கவில்லை என்றால், மனிதகுலமே இன்று இராது. கோவிட் வைரஸ் தாக்குதலுக்கு கிட்டத்தட்ட அனைத்து நாடுகளும் ஆராய்ச்சியில் ஈடுபட்ட பின்னரே தடுப்புமருந்து (vaccine) கண்டுபிடிக்கப்பட்டு, இன்று

மக்கள் ஜீவிக்கிறார்கள். எனவே ஆராய்ச்சி என்பது நம் வாழ்வின் பெரும்பகுதியை ஆக்கிரமிக்கும் தேடலின் வெளிப்பாடாகும்.

இவ்வுலகில் இயற்கை சார்ந்த பல கேள்விகளுக்கு விடைகள் கண்டுபிடிக்கப்படவில்லை. மனிதனால் கண்டறியப்பட்ட பல கருத்துக்களும், முன்னேற்றங்களும் முழுமையடையாததாகவே உள்ளது. 'முழுமை' என்பதே கேள்விக்குறியாக உள்ளது. பிறப்பு, இறப்பு வாழ்வு, வாழ்வுமுறை, இருத்தல், சட்டம், சுதந்திரம், இயற்கை, வளங்கள், பொருட்கள், பொருளாதார நிலை , சம்பிரதாயங்கள், எண்ண ஓட்டம் போன்ற பல்வேறு நிலைகளிலும், லட்சோபலட்ச கேள்விகலும் பதில்களும், அதன்மூலம் மறு கேள்விகளும் மறு பதில்களும் உருவாகி கொண்டே உள்ளது. இதற்கு எல்லை எது என்ற வினாவிற்கு பதில்கள் முரண்பாடுகளாக உள்ளன. ஆனாலும் அவரவர்களின் புரிதலுக்கேற்ப சிந்தனை ஓட்டங்களும், பிரச்சினைகளுக்கான தீர்வுகளும் இவ்வுலகத்தில் வலம் வந்து கொண்டுதான் இருக்கின்றன.

உதாரணத்திற்கு, கோவிட் 19-ற்கு இன்று வரை நிவர்த்தி கண்டுபிடிக்க இயலவில்லை. என்னதான் அறிவியல் வளர்ச்சி வானுயர ஏற்பட்டிருந்தாலும், பல வல்லரசு நாடுகள் "நோபல்" பரிசுகளை வாங்கி குவித்திருந்தாலும், ஏன் மனித உலகிற்கு இந்நோயிற்க்குண்டான தீர்வை அளிக்க முடியவில்லை என்பது பலருடைய மனங்களில் கேள்விகள் அளப்பரிக்கின்றன.

சுருக்கமாக கூறின், ஆராய்ச்சி என்பது கேள்விகளுக்குண்டான பதில்களும், பிரச்சனைகளுக்கான தீர்வுகளும் ஆகும்.

⇨ ஆராய்ச்சி என்பது நோக்கங்களை கொண்ட ஆய்வு எனப்படுகிறது.

⇨ மேலும் முறைமைக்கு உட்பட்ட ஆய்வாகவும் அதை அணுகலாம்.

⇨ விளக்க முடியாத நிகழ்வுகளையும், கருத்துகளையும் விளக்கக்கூடிய முறையாக கருதப்படுகிறது .

⇨ சந்தேகத்திற்க்குரிய உண்மைகளை, விலாவரியாக விளக்குவதற்கு உண்டான முயற்சி எனலாம்.

⇨ தவறான கருத்தியல்புகளுக்கு, சரியான விளக்கங்களை அளிப்பது ஆகும்.

⇨ அறிவியல் ரீதியான ஆராய்ச்சியே, சிறந்த ஆராய்ச்சியாக கருதப்படுகிறது. இதில் தர்க்கமும் உட்படுகிறது.

அறிவியல் ரீதியான அராய்ச்சி என்பது, உண்மை நோக்கிய பயணமாகும். கிடைக்கப்பெறும் சில உண்மைகளையும், தகவல்களையும் கொண்டு, யுத்திகளை பயன்படுத்தி ஆராய்ச்சியை மேற்கொள்ளும் பொது, அங்கே மனித உலகுக்கு உண்டான "வெளிச்சங்கள்" கிடைக்கப்பெறுகிறது.

உதாரணமாக, "பூமியை" சுற்றியே கிரகணங்கள், சூரியன் உட்பட பாதை வடிவமைக்கப்பட்டுள்ளது என்பது ஆதிகாலத்து உண்மையாகும். ஆனால் இதை பல்வேறு ஆராய்வு முறைகளை பயன்படுத்தி "தவறு" என நிரூபித்து "சூரியனே" மையத்தில் உள்ளது என்பதை கோபர்னிகஸ் நிலைபடுத்தினார், இதுவே சிறந்த அராய்ச்சி ஆகும். நியூட்டன் பழங்கள் ஏன் பூமியை நோக்கி விழுகின்றன, ஏன் வானத்தை நோக்கி செல்வதில்லை என்ற கேள்வியை எழுப்பி "புவி ஈர்ப்பு முடுக்கத்தை" கண்டறிந்தார்.

எடிசன் "எலக்ட்ரான்கள்" கடத்திகளாக செயல்படுவதை கண்டறிந்து "மின்னோட்டத்தை" உலகிற்கு அறிமுகப்படுத்தினார். அரிஸ்டாட்டில் அரசியல் சட்டங்களை ஆராய்வு செய்து, "அரசியல்" என்கிற தன்னுடைய படைப்பில் சிறப்பை ஏற்படுத்தினார்.

இதுபோல காற்று, நெருப்பு, நிலம், நீர், ஆகாயம், உயிர்கள், தாவரங்கள், ஆற்றல், ஒலி, ஒளி, பொருள், விவசாயம், பறவைகள் என்று பல்வேறு உலக இருப்புகளிலிருந்து அராய்ச்சியை பயன்படுத்தி மக்களின் வாழ்வை மேம்படுத்தியுள்ளார்கள் ஆராச்சியாளர்கள்.

கேர்லிங்கர்", "இயற்கை சார்ந்த விஷயங்களையும், உறவுகளையும் முறைமைபடுத்தப்பட்டு கட்டுப்பாட்டில் கொணர்ந்து,

அறிவியல் ரீதியாக, அனுமானங்களையும் உருவாக்கி, பெறும் வெளிப்பாட்டிற்கு ஆராய்ச்சி என்று பொருளாகிறது", என கூறுகிறார்.

இதில் அனுமானங்கள் (அ) கற்பனையான கருத்துக்கள் முக்கிய இடம் பெறுகிறது. தாவரங்கள் வளர்ந்து செடியாகி, மரமாகி, பூ பூத்து, காய் கனிகள் அளிக்கிறது. இதனால் விதைகளுக்கும் ஒரு முறைமை உண்டு, சட்டம் உண்டு என்பதை கண்டறிவது அராய்ச்சியாகிறது. புதியதாக அனுமானங்களை உருவாக்குவதும் ஆராய்ச்சியின் நோக்கமாக உள்ளது.

எகோரி, "பிரச்சினைகளுக்குண்டான தீர்வுகளை, முறைமைப்படுத்தப்பட்ட பகுப்பாய்வின் மூலம் கண்டறிவதற்கு ஆராய்ச்சி என்று பொருள் என விளக்கமளிக்கிறார்". சமுக அறிவியல் அறிவு தொகுப்பானது, இருக்கும் அறிவை சரிபார்க்கவும், உறுதி செய்யவும் ஆராய்ச்சி பயன்படுகிறது என விளக்கமளிக்கிறது. ஆதிகாலங்களில் மனிதர்கள் மிருகங்களை வேட்டையாடி உண்டு வந்தனர்.அவர்கள் அந்த நிலையிலேயே "போதும்" என்கிற மனப்பான்மையில் இருந்திருக்கும் பட்சத்தில், உலக நாகரீகம் வளர்ந்திருக்க வாய்ப்பு இல்லை. எங்கேயோ, எப்போதோ, யாரோ ஒருவர் "மாற்றி யோசித்ததால்" மட்டுமே சிறந்த வாழ்க்கையை மானுட உலகிற்கு அளிக்க முடிந்தது.

காடுகளில், தீயினால் சுடுபட்டு இறந்த மிருகங்களை பார்த்திருக்கிறார்கள். பின்னர் அம்மாமிசங்களை அருந்தும்போது, அவர்களுக்குண்டான மாற்றம் தீ உருவாக்கத்தையும் சாப்பிடும் முறையையும் இயற்கை கற்று தந்துள்ளது எனலாம்.

ப்ளாக் மற்றும் சேம்பியம், இரு வேறு மாறிகளுக்கிடையேயான உறவுகளை நிர்ணயிப்பதற்கு, முறைமைப்படுத்தப்பட்ட அறிவியல் ரீதியான பகுப்பாயவை ஆராய்ச்சி என கூறுகிறார்கள்.

யங் அவர்கள் கூறும்போது, தர்க்கம் மற்றும் முறைமைப்படுத்தப்பட்ட, யுத்திகள் பின் வரும் நோக்கங்களை உடையது.

1. பழைய உண்மைகளை சரிபார்த்தலும், புதிய உண்மைகளை கண்டுபிடித்தலும்.

2. காரண-காரிய விளக்கங்கள் மற்றும் உறவுமுறைகள்.

3. மனித நடத்தையை படிப்பதற்குண்டான, அறிவியல் ரீதியான கொள்கைகள், கருத்துக்கள் மற்றும் கருவிகளை கண்டுபிடித்தல்.

ஆராய்ச்சியின் பண்புகள்:

பாடங்களில் பல்வேறு கருத்துக்கள் படிக்கிறபோது, பண்புகளையும் குணநலன்களையும் படிப்போம். வேதியியலில் நீரின் பண்புகளை படிப்பது போல. ஜனநாயகம், தலைமை, அமைப்பு போன்றவைகள் ஆராய்ச்சிக்கும் பண்புகள் என்ற ஒன்று உண்டு. அவையாவன,

- ஒரு நிகழ்வை பற்றிய முறைப்படுத்தப்பட்ட சீரிய ஆய்வு.

- ஆராய்ச்சி என்பது தொகுப்பு மட்டுமல்ல, மாறாக ஒரு நிகழ்வு பற்றிய விளக்கத்தையும், எடுத்துரைத்தலையும் உள்ளடக்கியது

- அறிவியல் ரீதியான முறையை பயன்படுத்துகிறது.

- பல்வேறு பரிசோதனைகளை உள்ளடக்கியதாக உள்ள ஆராய்ச்சியானது தர்கத்தையும், குறிக்கோளையும் கொண்டு முடிவுகளை அடையக்கூடியதாக உள்ளது.

மேலும், அறிவியல் ரீதியான சாட்சிக்கும், பார்வையிடக்கூடியதாக அனுபவமும் உடையது ஆராய்ச்சி.

- விடைகளில்லா கேள்விகளுக்கு விடைகளை கண்டறியவும், பல்வேறு பிரச்சனைக்களுக்கு தீர்வுகளை அளிப்பதாகவும் உள்ளது.

- பொது விதிகள், கொள்கைகள் மற்றும் கோட்பாடுகள் உருவாகுவதற்கு முக்கியத்துவம் அளிப்பதாய் உள்ளது .

❖ கடைசியாக, ஆராய்ச்சியினை திருப்திபடுத்தும் விதமாக முடிவுகள் அல்லது விமர்சனம் செய்வதற்கு ஏதுவாக அமைகிறது. இதன் விளைவாக ஆராய்ச்சி முடிவுகள் மென்மேலும் சிறப்பாகிறது.

ஆராய்ச்சியின் அத்தியாவசியம்:

ஆராய்ச்சி ஏன் செய்யவேண்டும் என்பதற்கான காரணங்கள் பின் வருமாறு அளிக்கப்பட்டுள்ளது.

அறிவின் பரப்புவிரிதல்:

ஆராய்ச்சியினால் மனித வாழ்கை, சமூகம் மற்றும் சூழல் போன்றவைகளில் எல்லை விரிவடைகிறது. ஆராய்ச்சி முடிவுகளின் மூலமாக ஒவ்வொரு துறைகளிலும் அறிவு விரிவாகவும் நடைபெறுகிறது. மின்னோட்டம் கண்டுபிடிக்கப்பட்டு அதோடு நிறுத்தியிருந்தால், இதுவரையில் நாம் அனுபவித்து வரும் மின் சாதன பொருட்கள் கண்டுபிடிக்கப்பட்டிருக்க இயலாது. ஆனால் இவ்வாறு கண்டுபிடிக்கப்பட்ட மின்னோட்டத்தை வேறு எந்தெந்த பொருட்களுக்கு பயன்படுத்தலாம் என்கிற அறிவின் விரிவாக்கமே இன்றளவில் ராக்கெட் வரை இட்டு சென்றுள்ளது என்பதை நினைவில் கொள்க.

இதைபோல சமூக அறிவியலில் சுதந்திரம், சமத்துவம், சகோதரத்துவம் போன்ற கருத்துகளை உருவாக்கியதோடு நில்லாமல், மேற்கொண்டு ஆராய்ச்சி செய்ததன் விளைவாகவே, நாம் மேற்ககூறிய கருத்துகளை ஒட்டிய பல்வேறு ஆராய்ச்சி முடிவுகளை கண்டறிகிறோம்.

ஆராய்ச்சியின் அத்துணை தொடக்கமும், இயக்கமும், முடிவுகளும் உருவாவது "ஏன், எதற்கு, எப்படி, எங்கு, எதனால்" என்கிற கேள்விகளின் மூலமாக மட்டுமே.இதனால் மாணவர் சமூகம் எந்த படிக்கின்ற செயல்களையும் அப்படியே நம்பாது, இக்கேள்விகள் கேட்டும், படிக்கப்பெறும் பட்சத்தில் எந்த ஒரு துறையிலும் அவர்களின் அறிவானது வளர்வதை உணரலாம்.

ஒவ்வொரு துறையிலும், ஆராய்ச்சியின் மூலம் அடிப்படை அறிவை உருவாக்கி வைத்துள்ளனர் நம் முன்னோர்கள். நாம் செய்ய வேண்டியது, அதை நன்றாக புரிந்துக்கொண்டு மென்மேலும் அக்குறிப்பிட்ட துறையில், அறிவு விரிவாக்கம் செய்ய முனைய வேண்டும்.இதற்கு மாணவர் சமூகம் அடிப்படை கருத்துகளை ஆழ்ந்து யோசித்து கற்றல் அவசியம்.

1. ஆராய்ச்சியின் மூலமாக புதிய விஷயங்களையும், கண்டுபிடிப்புகளையும் நாம் முன்னிருத்தலாம். ஜனநாயக கருத்தை ஒட்டி ஆராய்ச்சி மேற்கொள்ளும்போது, அனைத்து மக்களையும் வாக்குரிமையை உபயோகப்படுத்த வைப்பதை செய்துவிடலாம். நாம் உதாரணத்திற்கு மட்டுமே மேற்குறியவைகளை பார்த்தோம். இதுபோல எண்ணற்ற துறைகளில் ஆராய்ச்சியானது பல்வேறு பயன்களை கண்டறிய செய்து, மனித குல வாழ்க்கையை வாழ்வாங்கு வாழ்வதற்கு வழிசெய்கிறது .

2. பொது விதிகள் மற்றும் கொள்கை, கோட்பாடுகள் ஆராச்சியின் மூலம் உருவாக்கப்டுகின்றன. ஒரு துறையின் அடித்தளமே இம்மாதிரியான கொள்கை கோட்பாடுகளை உருவாக்குவதுதான். "தலைமை" என்கிற தலைப்பை ஒட்டிய ஆராய்ச்சியில் பல்வேறு கோட்பாடுகள் உருவாக்கப்பட்டுள்ளன. இதை "மாதிரிகள்" என்று கூறுவார்கள். "நல்ல தலைமை என்பதை ஆராய்ந்து அதன் இயல்புகளை வெளிக்கொணர்வதின் மூலம், அரசியல் உலகிற்கு நன்மை பயக்ககூடும். அமைப்பு சார் கொள்கைகள், படிநிலையமைப்பு, இறையாண்மையின் வகைகள், அரசு தோற்ற கோட்பாடுகள், மற்ற கோட்பாடுகள் போன்றவைகள் இதில் அடக்கம்.

3. ஆராய்ச்சியானது நிலுவையில் உள்ள உண்மைகளையும், கோட்பாடுகளையும் சம்பவங்களின் மூலமாக சரி பார்க்கிறது. இதுபோல சரி பார்த்தல், புதிய நிவர்திகளையும்,

தீர்வுகளையும் கண்டறிய வழிவகுக்கிறது. பேர்டன் கூறுவது போல "ஆராய்ச்சியானது கோட்பாடுகளை உருவாக்குவதற்கும், நடை முறைபடுத்துவதற்கும், மாற்றுவதற்கும், வகைப்படுத்துவதற்கும் உதவுகிறது.

4. பொது விதிகள் ஒரு குறிப்பிட்ட துறையில் உருவாக்கம் பெறும்போது,பின்னால் நடக்க இருப்பதை நாம் முன் கூட்டியே கண்டறிவதற்கு வழி வகுக்கிறது. தீவிரவாதம் பற்றிய பொது விதிகள், ஒரு நாட்டின் என்னென்ன நிலைகளில் அதன் பாதிப்பு எதிர்மறையாக வலுப்பெறும் என்பதை தெரிவிக்கிறது. இதுபோல அந்தந்த துறைகளில் பொதுவிதிகளின்? பயன்பாடு நேர்மறையான கண்டுபிடிப்புகளையும் உருவாக்குகிறது.

5. "மாறிகளுக்கு" இடையே உள்ள உறவுமுறைகளை கண்டறிவதன் மூலம் காரண விளக்கங்களை, நாம் தெரிவிக்க முடிகிறது.மக்கள் தொகை குறைவாக இருக்கும் பட்சத்தில், அங்கே மக்கள் நலன் நடவடிக்கைகளை வெற்றிகரமாக செயல் படுத்தமுடிகிறது.இது ஆராய்ச்சியின் மூலமாக கண்டறியப்பட்ட உண்மையாகும். இங்கே விநியோகம் மற்றும் மக்கள் தொகை மாறிகளாக கருதப்படுகிறது.இவை இரண்டுக்கும் இடையேயான உறவுகளை ஆராய்ச்சியின் மூலம் கண்டறியலாம். இதன் மூலம் நாம் செயலாற்றலை துரிதப்படுத்த முடிகிறது.

6. பயன்பாட்டு ஆராய்ச்சியானது பல்வேறு சமூக பிரச்சினைக்கும், தீர்க்கமுடியாத இன்னல்களுக்கும் தீர்வு காணக்கூடியதாக உள்ளது. ஜாதி கலவரம், மத மாற்றம், வறுமை, சுகாதாரம், பொருளாதர ஏற்ற இறக்கம், மாணவர் பிரச்சினைகள் போன்ற பல சமூகம் சார்ந்த சிந்தனைகள் ஆராய்ச்சியின் மூலமாக தீர்க்கப்படுகின்றன.

7. இன்றைய காலகட்டத்தில் அறவாழ்வு, வாழ்வு நீட்டிப்பு, சுகாதாரம், சத்துள்ள ஆகாரம், காற்று, நீர் போன்ற

அனைத்துமே பயன்பாட்டு ஆராய்ச்சியின் மூலம் உருவானது ஆகும்.

8. புதிய கருவிகள், கருத்துக்கள், கோட்பாடுகளை உருவாக்கி அதன் மூலம் புரியாத பிரச்சனைகளை களைவதிலும் ஆராய்ச்சியின் பங்கு உள்ளது. "மழை நீர் சேமிப்பு" முன்னமே இருந்தாலும், அதற்கென்று பிரத்யேகமாக முறையை உருவாக்கி, நீரை சேமிப்பதை கூறலாம்.நாம் அன்றாடம் பயன்படுத்தும் உடற்பயிற்சி கருவிகளிருந்து, வீட்டு உபயோகிப்புகள் வரை ஆராய்ச்சியின் உதவியை நாட வேண்டிஉள்ளது.

9. தேசிய வளர்ச்சிக்கும், கட்டுமானத்திற்கும் "திட்டமிடுதல்" மூலம் ஆராய்ச்சி சிறப்பு பங்களிக்கிறது. சமுக அறிவியல்களான நிர்வாகம், மேலாண்மை, பொருளாதாரம், சமூகவியல், அரசியல், வணிகவியல் போன்ற பாடங்களில் "திட்டமிடுதல்" அதீதமாக உபயோகபடுத்தப்படுகிறது.

ஆராய்ச்சியின் மூலம் ஒரு குறிப்பிட்ட சமுக பிரச்சினை தொடர்பான தகவல்கள் திரட்டப்படுகின்றன. பின்னே அதை அடிப்படையாக் கொண்டு "கருதுகோள்கள்" உருவாக்கப்பட்டு, தீர்வுகளை ஏற்படுத்த முனைகின்றார்கள். வேலை வாய்ப்பை உருவாக்கினால், வறுமை ஒழிந்துவிடும் என்பது ஒரு கருதுகோள். ஆனால் அந்த வேலை வாய்ப்பை யார் அதிகம் பயன்படுத்திகிறார்கள் என்று பார்க்கிறபோது கருதுகோள்கள் பொய்யாகின்றன. இதனால் வறுமை ஒழிப்பு நலத் திட்டங்கள் உருவாக்கப்படுகின்றன, அவ்வாறு கிடைக்கபெறும் தகவல்களும், திட்டமிடுதலும் முறையே பயன்படுத்தப்பட்டு சமுக அவலங்களும், இன்னல்களும் தீர்க்கப்படுகிறது. இதுபோன்ற தகவல் திரட்டல், திட்டமிடல் போன்ற பயன்பாடானது விவசாயம், தொழில், கல்வி, சுகாதாரம், சமுக நலன் போன்ற பல துறைகளில் நூறு சதவிகிதம் பயன்பாட்டில் உள்ளது.

பல்வேறு அரசாங்க திட்டங்கள் மேற்கூறிய ஆராய்ச்சியின் மூலமாகவே திட்டமிட்டு பின் நிலுவையில் உள்ளது கவனிக்கதக்கது.

அறிவியல் முறை:

ஆராய்ச்சியானது இப்போதைய காலகட்டத்தில் அறிவியல் முறைகளில் நடத்தப்பட்டு வருகிறது. முழு அறிவியலில் இலக்கு சார்ந்த பரிசோதனையை நாம் முன்பே பார்த்தோம். இதனாலேயே முழு அறிவியல்கள் பயன்பாடுகளாவும், தரம் வாய்ந்ததாகவும், உயர்ந்த நிலையிலும் விளங்குகின்றன. முழு அறிவியலில் உள்ள அதே பயன்பாட்டை சமூக அறிவியல்களிலும் பயன்படுத்தி உபயோகத்தை அதிகபடுத்தியுள்ளனர். அதாவது முழு அறிவியல்களில் எவ்வாறு ஆராய்ச்சிகள் நடைபெறுகிறதோ, அதேபோல ஏனைய மற்ற சமூகம் சார்ந்த பாடங்களிலும், மேற்க்கூறிய முறையை பயன்படுத்தி பயன் பெறுகிறது எனலாம். இதனால், நாம் அறிவியல் முறைமைகளைப் பற்றி தெரிந்து கொள்வோம்.

ஆராய்ச்சியில் அறிவியல் முறைமைகளை பின்வருவனவற்றில் விவரிக்கப்படுகிறது,

⇨ பரிசோதனை

⇨ பார்வையிடல்

⇨ புற உண்மைக்கான அர்ப்பணிப்பு

⇨ உலகளாவிய தன்மை

⇨ நெறிமுறை நடுநிலை

⇨ சரிபார்த்தல்

⇨ தர்க்கரீதியான பகுப்பாய்வு

⇨ கணித்தல்

முழு அறிவியல்களில் நடத்தப்படக்கூடிய ஆராய்ச்சியில் பரிசோதனைகள் செய்யப்படுகிறது. பரிசோதனைக் கூடங்களில்

நடத்தப்படக்கூடிய ஆராய்ச்சி செயல்முறைகள், விளக்கங்களோடு உண்மைத்தன்மையுடன் நடைபெறுதலே தனித்துவமாக விளங்குகிறது.

உதாரணத்திற்கு தாவரங்களை சூரிய ஒளியில் உட்படுத்தி "போட்டோசின்தஸ்", அதாவது இலைகள் தங்களுக்கு தேவையான உணவுகள் தயாரிப்பதை கண்கூடாக, அதன் வளர்ச்சியின் மூலம் கண்டறியப்படுகிறது.இதே தாவரத்தை சூரிய ஒளி இல்லாமல் பரிசோதனை செய்து பார்க்கும்போது, வளர்ச்சியை பார்க்க இயலாது. இது போலவே "கேன்சருக்கு" மருந்து கண்டுபிடிக்க ஆராச்சியாளர் பரிசோதனை கூடங்களில் ஆராய்ச்சி மேற்கொள்கிறார். அப்போது அவர் எலிகளுக்கு "மாதிரி" மருந்தை அளித்து சோதனை செய்கிறார். பின்னே முடிவுகளை வெளியிடுகிறார்.உயிர் வேதியியலில் அனைத்து விதமான ஆராய்ச்சிகளும் "எலிகளை" கொண்டே நடைபெறுகின்றன.ஏனைய மற்ற துறைகளிலும் இதுபோலவே ஆராய்ச்சிகள் நடத்தப்பெறுகின்றன.

பார்வையிடல்:

முழு அறிவியலில் நடத்தப்பெறக்ககூடிய ஆராய்ச்சிகளை நம் கண்களின் மூலமாக பார்வையிடலாம். வானவியல் பற்றிய ஆராய்ச்சியில் கோள்களை "டெலஸ்கொப்" கொண்டு ஆராய்ந்து முடிவுகளை வெளியிடுகின்றார்கள் . இதுபோலவே "கடலியல்" ஆராய்ச்சியில் அரிய பல உயிரினங்கள் ஆராய்ச்சிக்கு உட்படுத்தப்பட்டு வகை படுத்தப்படுகின்றன. இவை அனைத்தும் நாம் பார்க்கும்படியாகவும், நம்பக்கூடியதாகவும் உள்ளது.

உண்மைகள்:

அறிவியலில் நடத்தப்பெறும் ஆராய்ச்சிகள் அனைத்தும் "புற உண்மைகளின்" அடிப்படையிலேயே நடக்கின்றன. உதாரணத்திற்கு நைட்ரஜன், ஹைட்ரஜன், நீர் போன்றவைகளுக்கென்று இயல்புகள் உள்ளன. இவை எப்போதும் மாறாததாக உள்ளது. இப்பண்புதான் "புற உண்மைக்கு" சான்றாகும். இதே போல "ராக்கெட் ஆராய்ச்சியில்"

பூமியிலிருந்து 11 கீ.மீ க்கு அப்பால், எந்த ஒரு பொருள் மீதும் புவி ஈர்ப்பு முடுக்கம் செயல்படுவதில்லை. இதையும் ஆராய்ச்சி செய்து கண்டறிந்துள்ளனர், நம் முன்னோர்கள். இவைப்போல உலகில் உள்ள அத்துனை பருப்பொருள்களுக்கும் இயல்புகளாவன "புற நிலை உண்மை" யாக கண்டறியப்பட்டு உள்ளது. சுருங்கக்கூறின் "புறநிலை உண்மைகள்" மாறாததாக உள்ளது. இதனால் அறிவியல் ஆராய்ச்சி உண்மை தன்மை பெற்றுள்ளது.

உலகளாவியத் தன்மை:

அறிவியலில் நடத்தபெறுகின்ற ஆராய்ச்சிகளானது, எல்லா நிலைகளிலும், இடங்களிலும் ஒரே சீராக அமைந்துள்ளது குறிப்பிடத்தக்கது. மருத்துவம் தொடர்பான ஆராய்ச்சியை நீங்கள் இந்தியாவில் செய்தாலும் சரி, அமேரிக்காவில் செய்தாலும் சரி ஒரே மாதிரியான விளைப்பயன்களை அளிக்கும். உதாரணத்திற்கு கோவிட் -19 தோற்று நோய்க்கு, "மிளகு, சீரக" கலவினம், நோய் எதிர்ப்பு சக்தி உண்டு பண்ணுகிறது என்று அறியப்பட்டால், இதே ஆராய்ச்சியை சீனாவில் நடத்தி பார்க்கும் போதும், ஒரே வகையான முடிவுகளை தருகிறது. இதையே உலகளாவியத் தன்மை என்று அறிவியல் ஆராய்ச்சியாளர்கள் அழைகிறார்கள்.

நெறிமுறை நடுநிலை:

மனிதர்கள் சார்ந்த நெறிமுறை (அ) மதிப்புகள் அறிவியல் ஆராய்ச்சியில் எடுத்துக்கொள்ளப்பட மாட்டாது. ஆராய்ச்சியானது பரிசோதனை செய்து பார்க்கும்போது, சம்பிரதாயங்கள் மற்றும் சமூக மதிப்புகள் என்பது அறவே தனித்து நிறுத்தப்படும். உடலை சர்ஜரி செய்யும் மருத்துவர்கள், கிழமைகள் பார்ப்பது இல்லை. இதுபோல உயிர்களை கொல்லகக்கூடாது, அனைத்து உயிர்களிடத்தும் அன்பு பாராட்ட வேண்டும் என்கிற மதிப்பை, ஆய்வாளர்கள் மனதில் கொண்டியிருந்தால் ப்ரேத பரிசோதனையை (அ) மருந்துகள் கன்டுபிடிக்க எலிகளை கொல்லாமல் இருக்க வேண்டும். ஆய்வு என்பது ஒரு குறிப்பிட்ட இலக்கை நோக்கிய பயணமாகும். பெருவாரியான மனித உலகிற்கு நன்மை பயக்கக்கூடிய

கண்டுபிடிப்புகளை பரிசோதனை செய்து வரும் நிலையில் ஆராய்ச்சியாளர்கள் இருகின்றார்கள்.

சரிபார்த்தல்:

ஒரு பரிசோதனை கூடத்தில் நடத்தப்பெற்ற ஆராய்ச்சியானது, வேறு பல இடங்களிலும், சூழ்நிலைகளிலும் நடத்தப்பெற வேண்டும். அப்போது அங்கே கிடைக்கபெறும் ஆராய்ச்சி முடிவுகள் "சரியாக" உள்ளதா என்பதை ஆய்வு செய்து, ஒரே மாதிரியான முடிவுகள் உருவாக்குவதற்கு ஆராய்ச்சியாளர்கள் முனைகிறார்கள்.இவ்வித சரிபார்த்தாலே அறிவியல் ஆராய்ச்சியில் சிறப்பு தன்மை பெற்று விளங்குகிறது.

தர்க்க ரீதியான பகுப்பாய்வு:

ஆராய்ச்சிக்கு அடிப்படையாக விளங்குவது தர்க்க ரீதியான முறைமையாகும். ஆராய்ச்சி முடிவுகளை பெறுவதற்கு முன்பாக காரண விளைவுகளை ஆராய்தல் அவசியமானது. சாக்ரடிஸ் தர்க்க முறைமையை, "Dialectic" என்று அழைப்பார். உதாரணத்திற்கு "கைபேசி" உடையவர்கள் அனைவரும் பொருளாதார நிலையில் உயர்ந்தவர்களா? என்கிற ஆராய்ச்சிக்கு தர்க்க ரீதியாக "இல்லை" என்பதே முடிவாக உள்ளது. ஏனெனில் இன்று ஆடு மேய்ப்பவர்களிலிருந்து மூட்டை தூக்குகின்றவர்கள் வரை அலைபேசியை பயன்படுத்துகின்றார்கள். அவ்வாறாக கைபேசி என்பது பொருளாதர நிலையை நிர்ணயிக்கக்கூடிய காரணியல்ல என்பது ஆராய்ச்சி முடிவாகிறது. இதை தர்க்க ரீதியான பல்வேறு பொருளாதார காரணிகளோடு ஒப்பிட்டு வினைபயன்கள் பெறப்படுகின்றன. சிந்தனைகளின் மூலமாகவும், தர்க்க பகுப்பாய்வு நடத்தப்பெறுகிறது.

தர்க்க முறையின் வகைகள்:

தொடங்கல் முறை மற்றும் அனுமான முறை என்று இரு வகைகளாக தர்க்கம் சார்ந்த ஆராய்வு நடத்தப்பெறுகிறது.

தொடங்கல் முறை:

இம்முறையானது பொதுவாக தூய அறிவியல்களில் உபயோகப்படுத்தப்படுகிறது. தனிப்பட்ட ஆய்வுகளிலிருந்து பொது விதிகளை கண்டறிவதாக உள்ளது. இதில் கவனித்தல் மற்றும் பொது விதிகள் உருவாகுதல் காணப்படுவதை உணரலாம். இவ்வகையின் மூலம் உருவாகும் ஆராய்ச்சி முடிவுகள், தற்கால முடிவுகளாக கருதப்படுகிறது.மேற்கொண்டு கிடைக்கபெறக்கூடிய சாட்சியங்களை வைத்து மறு பகுப்பாய்வும் நடத்தப்பெறுகிறது. கேன்சருக்கு மருந்தை கண்டுபிடிக்கும் ஆராய்ச்சியானது நாகமரப்பட்டயை வைத்து நடத்தப்பெறுகிறது. ஆனால் பட்டையின் சாறானது, எந்த அளவு பயன்படுத்த வேண்டும் என்பது, ஆராய்ச்சியில் சாட்சியங்கள் கொண்டு மறுபடியும் புது முடிவுகளை கொண்டு கண்டறியப்படுகிறது.தொடங்கல் முறை என்பது ஏற்கனவே குறிப்பிட்டுள்ளது போல முழு அறிவியல்களில் அதிகம் பயன்படுகிறது.

அனுமான முறை:

சமுக அறிவியல்களில் அதிகம் பயன்படுத்தபடுவது அனுமான முறையாகும்.ஏற்கனவே ஆராய்ச்சியின் மூலம் கண்டறிந்த பொதுவிதிகளை அடிப்படையாக கொண்டு முடிவுகள் கிடைக்கப்பெறுகிறது. குளிரான நேரங்களில், உற்பத்தி திறன் குறைவாக உள்ளது என்பது பொது விதியாக கருதப்பட்டால், ஆஸ்திரேலியா குளிர் பிரதேசமாக விளங்குகிறது. இதனால் உற்பத்தி திறன் ஆஸ்திரேலியாவில் குறைவாக உள்ளது என ஆராய்ச்சி முடிவு கொணரப்படுகிறது.வேறு சமயங்களில், இம்முறையின் மூலம் அளிக்கப்பெறும் முடிவுகள் தவறாக பெறப்படுகிறது. இதனால் பொது விதிகளை ஆராய்ச்சி செய்யும்போது, உறுதியான முடிவுகள் வரும் வரையில், ஆராய்ச்சி நடைபெற வேண்டும். மேலும் பொது விதிகளின் நம்பகத்தன்மையையும் சரிபார்த்தல் அவசியம்.

அறிவியல் முறைமையின் தேவைகள்:

பொருளாதார மற்றும் சமூக ஆராய்ச்சி கவுன்சிலானது பின்வரும் பரிந்துரைகளை அறிவியல் முறைமையின் வெற்றிக்காக செயலாற்றியுள்ளது,

- ➤ தர்க்க முறையில் பிரச்சினைகளை ஆராய்தல், கூடுமான வரை கருதுகோள்களை உருவாக்குதல்.

- ➤ கருத்தாக்கம் மற்றும் விதிமுறைகளை எளிதான முறையில் எதிர்கால ஆராய்ச்சியாளர்கள் உபயோகப்படுத்தும் படி வரையறுத்தல்.

- ➤ ஆராய்ச்சி தலைப்பை ஒட்டிய, அத்தியாவசியமான தகவல் திரட்டுதல்.

- ➤ தகவல் வகைபடுத்துதல்

- ➤ மாறிகளை கூடியவரை அளவுகளாக எடுத்துரைத்தல்.

- ➤ புள்ளியல் முறைமைகளை பயன்படுத்தி, திரட்டிய தகவல்களை பரிசோதனை செய்து, மாறிகளுக்கிடையேயான உறவுமுறைகளை நிர்ணயித்தல்.

- ➤ தர்க்க முறைகளை பயன்படுத்தி கருதுகோள்களை சோதனை செய்து பொது விதிகளை உருவாக்குதல்.

- ➤ மேற்கூறிய சோதனையை முடித்து மற்றவர்கள் புரிந்து கொள்ளவும், ஆராய்ச்சியை புதிய வடிவில் தொடரவும் அறிக்கையை தயார் செய்தல்.

கோட்பாடு:

ஆராய்ச்சிக்கு அவசியம் கோட்பாடு. ஆராய்ச்சியின் மூலமாக கோட்பாடுகள் உருவாக்கப்படுகிறது. அதேபோல பழைய கோட்பாடுகளுக்கு புதிய ஆராய்ச்சிகள் உதவுவதுண்டு. கோட்பாட்டின் வரையறையையும், உண்மைகளையும் கோட்பாட்டிற்கான உறவுமுறையையும் இப்பகுதியில் பார்ப்போம். உண்மைகளை

அடிப்படையாக கொண்டு பரிசோதனை செய்யப்பட்டு, பரிணாம வளர்ச்சியாக உருவானதே கோட்பாடாகும்.

இரு வேறு மாறிகளுக்கு இடையேயான உறவுமுறையை குறிக்கும் வாக்கியம், கோட்பாடாக கருதப்படுகிறது.

அர்னால்டு ரோஸ்:

கோட்பாடு என்பது ஒருமித்த வரையறையாகவும், யுகங்களாகவும் சித்தரிக்கப்படுகிறது. உதரணத்திற்கு, பணமிருப்பவர்களுக்கு அரசாட்சியின் ஆதரவு எப்போதும் உண்டு, பணமில்லாதவர்கள் குடிமை தொடர்பான ஆவணங்களுக்கு அல்லலுருகிறார்கள் .

இக்கோட்பாடே தவறு என்றும் நிரூபிக்கலாம், நன்றாக வளர்ந்த நாடுகளில், சிறந்த தலைமையோடும் நடுநிலையோடும் செயல்படும் அரசாங்க அமைப்புகள் கொண்டதாகவும் இருக்கும் பட்சத்தில் சமூக நீதி நிலைநாட்டப்படுகிறது.மேற்கூறியது போல கோட்பாடுகள் உண்மை நிலவரங்களை உள்ளடக்கி உருவாக்கப்படுவதாகும்.

கோட்பாட்டின் இயல்புகள்:

கோட்பாடுகள் சிந்தனைகளாக உருவெடுக்கின்றன. கோட்பாடுகளுக்கு என்று, இயல்புகளை ஒருமித்த கருத்துகளாக உருவாக்கியுள்ளார்கள் ஆராய்ச்சியாளர்கள்.அவை,

- ⇨ கோட்பாடுகள் தர்க்க ரீதியாக நிலையானதாக இருத்தல் வேண்டும். உள் முரண்பாடுகள் இல்லாமலிருத்தல் அவசியம்.

- ⇨ கோட்பாடானது இரு வேறு மாறிகளுக்கு இடையேயான உறவுமுறைகளை விளக்குவதாக இருத்தல் வேண்டும்.

- ⇨ உருவாக்கப்படுகின்ற கோட்பாடானது தனித்தன்மை உடையதாகவும் இருத்தல் வேண்டும்.

- ⇨ கோட்பாடானது எதிர்கால ஆராய்ச்சியின் மூலமாக சோதித்து பார்க்கக்கூடியதாக இருத்தல் வேண்டும்.

கோட்பாட்டின் கூறுகள்:

சமூக அறிவியலில் கோட்பாடுகளானது பின்வரும் கூறுகளை உடையது.

- ❖ கோட்பாடுகளானது, அனுமானங்களையும், புதிய கருத்துக்களையும் உடையது ஆகும்.

- ❖ குறிப்புகளின் சட்டங்கள், சமூக வாழ்க்கை மறு பரிசோதனையை உள்ளடக்கியது.

- ❖ கருத்து சுருக்கங்களை உபயோகப்படுத்தும் விதமாக உடையது கோட்பாடுகள்.

- ❖ வயது, கல்வி போன்ற மாறிகளை உடையது.

கோட்பாடும் உண்மையும்:

கோட்பாடும் உண்மையும் ஒன்றுக்கொன்று தொடர்புடையதாக உள்ளது. உண்மையானது பரிசோதித்து, சரிபார்த்து அறியப்படுவதாகும். கோட்பாடு என்பது உண்மைகளுக்கு இடையான உறவுகளை வரையறுத்து ஒருமைப்படுத்துவது ஆகும்.உதாரணத்திற்கு உலக பொருளாதார நிலையில் சீனா வளர்ச்சியடைந்துள்ளது என்பது கோட்பாடு. இதை பரிசோதனை செய்து பார்க்கும்போது, சீனா இரண்டாம் நிலையில், அமெரிக்காவிற்கு அடுத்ததாக இருப்பது தெரியவருகிறது.

உண்மைகளானது ஆங்காங்கே ஒவ்வொரு பருப்பொருளிளும் பொதிந்து கிடக்கின்றது. இதை கண்டறிவதற்கு ஆராய்ச்சி பயன்படுகிறது. ஆராய்ச்சியின் மூலமாக கோட்பாடுகள் உருவாக்கப்படுகின்றன.மறு ஆராய்ச்சியின் முலம் பழைய கோட்பாடுகள் மறைந்து புதிய கோட்பாடுகள் உருவாகின்றன. ஆராய்ச்சிகளின் முறையானது பல புதிய உண்மைகளையும், கோட்பாடுகளையும் உலகிற்கு அறிமுகப்படுத்துகிறது.

மின்சாரம் கண்டுபிடித்தற்க்கு பின் பல மின் உபகரணங்கள் கண்டுபிடிக்கப்பட்டன. மோட்டார் கண்டுபிடிக்கப்பட்டது, மனித

வாழ்வில், பல்வேறு வடிவங்களில், நிலைகளில் மின்சாரமானது மாறு பெறுகிறது. இயற்கையை மட்டுமே நம்புகின்ற பட்சத்தில், மேற்கூறிய உருவகங்கள் நடைபெற வாய்ப்பில்லை. எனவே கோட்பாடுகளும், பொதுவிதிகளும் உருவாக்கம் செய்வதற்கு தகவல்களும், உண்மைகளும் துணைபுரிகின்றன . உலகம் உள்ளவரை உண்மைகள் இருந்து கொண்டுதான் இருக்கும்.

ஆராய்ச்சியில் கோட்பாடின் பங்கு:

கோட்பாடுகள் ஆராய்ச்சிக்கு வழிகாட்டிகளாக உதவுகின்றன.

ஆராய்ச்சி வரையறை:

எவ்விதமான உண்மைகளை ஆராய்வு செய்ய வேண்டும் என்பதை கோட்பாடுகள் நிர்னைக்கின்றன. ஒரு ஆராய்ச்சி தலைப்பில் பல்வேறு உண்மைகள் உபயோகப்படுத்துகின்றன. கோட்பாடுகளும் அதிக எண்ணிக்கையில் உள்ளது. உண்மைகளை ஒப்பிடும்போது கோட்பாடுகள் குறைவாகவே உள்ளன. இதனால் ஆராய்ச்சிகுக்ரிய தகுந்த சரியான கோட்பாடுகளை உபயோகப்படுத்தும் போது, நமக்கு வேண்டிய முடிவுகளும், விளைப்பயன்களும் கிடைக்கபெறுகின்றன.

ஐ.நா அமைப்பு பற்றிய ஆராய்ச்சியில், "ஐ.நா ஒரு மாபெரும் உலக அமைப்பு" என்கிற கோட்பாடு பயன்படுகிறது. ஐ. நா உலக அமைதிக்காகவும், பாதுகாப்பிற்காகவும் பாடுபடுகிறது என்பது மற்றும்மொரு கோட்பாடு. இதுபோல பலவித கோட்பாடுகள் உள்ளன. ஆனால் ஆராய்ச்சியாளர்களின் தேவைக்கேற்ப கோட்பாடுகள் பயன்படுத்த வேண்டும். ஐ. நா வின் பங்கை பற்றி ஆராயும்போது பொருளாதார வளர்ச்சிக்குண்டான கோட்பாடுகள் தேவைப்படாது. இவ்வாறு ஆராய்ச்சிக்குண்டான சரியான வழியை தேர்வு செய்ய கோட்பாடுகள் அவசியப்படுகின்றன.

கருத்தமைவு கட்டமைப்பு:

ஒரு ஆராய்ச்சிக்குண்டான கருத்தமைவு கட்டமைப்பை கோட்பாடு வழங்குகிறது. ஒவ்வொரு பாடமும் பல கருத்து வரையறைகளை

கொண்டதாகவும், உண்மைகளை கொண்டும் உருவாக்கப் பெற்றுள்ளது. ஆராய்ச்சியாளர்கள் "கருத்தமைவு மாதிரியை" உருவாக்குவதற்கு பாடத்தில் உள்ள கருத்துக்களை கொண்டும், நமக்கு வேண்டிய உண்மைகளை கொண்டு பரிசோதனை செய்கிறார்கள்.

சுருக்க வரையறை:

ஒரு குறிப்பிட்ட ஆராய்ச்சியில் தலைப்பை ஒட்டி விலாவரியாக பரிசோதனை செய்வதற்கு, கோட்பாடுகள் சுருக்கமான வரையறைகளை வழங்குகின்றன."மனிதர்கள் பாலுட்டி வகையைச் சார்ந்தவர்கள்" என்பது கோட்பாடு. இதையொட்டி ஆராய்ச்சியில் பாலுட்டிகளுக்கு உண்டான குணநலன்கள் அனைத்தும் எற்கனவே கண்டறியப்பட்டுள்ளது.இதை அடிப்படையாக வைத்து ஆராய்ச்சியாளர்களின் கவனம் ஒரு குறிப்பிட்ட வரையறைக்குள் செயல்படுகிறது. இதுபோல "இந்திய சமுகம் ஜாதியை அடிப்படையாகக் கொண்டுள்ளது" என்கிற கோட்பாடு இந்திய மக்களின் இயல்பை படிக்க உதவுகிறது.கார்ப்பரேட்டுகள் அனைத்தும் "லாபத்தை அடிப்படையாகக் கொண்டு செயல்படுகிறது". ஒரு குறிப்பிட்ட தனியார் தொழிற்துறைரையை எடுத்து ஆராய்ச்சி செய்பவர்கள் மேற்கூறிய கோட்பாட்டை பயன்படுத்துகிறார்கள். திராவிடம் கடவுள் தொழுகையை எதிர்க்கிறது என்பது கோட்பாடு.திராவிட கலாச்சாரத்தை பற்றி ஆராய்ச்சியாளர்கள் இக்கோட்பாட்டை பயன்படுத்தி தங்கள் வரையறையை இலக்கை நோக்கி செலுத்துகிறார்கள்.

கணிப்பு:

கோட்பாடுகளின் பொது விதிகளை கொண்டு புதிய உண்மைகளை கண்டறியலாம். தெரிந்த உண்மையினை வைத்து ஆராய்ச்சி செய்யும்போது தெரியாத, அறியாத உண்மைகளை வெளிக் கொணரலாம்.

இயல்-2
சமூக அறிவியல் ஆராய்ச்சி

முந்தையப் பகுதியில் அறிவியல் வகைப்பாடுகளையும், கோட்பாடுகளையும் பற்றி பார்த்தோம். இப்புத்தகத்தில் கூறியுள்ளது போல, சமூக அறிவியலில் ஆராய்ச்சியே நோக்கமாக கொண்டு எழுதப்பட்டுள்ளது. சமூக அறிவியல்கள் என்று பார்கிறபோது, வரலாறு, அரசியல், நிர்வாகம், வணிகவியல், பொருளாதாரம், கல்வியியல், புவியியல், சட்டம், மொழியியல் போன்றவை அடங்கும்.

சமூக அறிவியல்களில் என்னதான் தனியாக வகைபடுத்தப்பட்டாலும், சுதந்திரமான இயலாக கருதப்படலாகாது. ஏனெனில் எந்த வகையான அறிவியலும், மனிதனை ஒட்டியே நடத்தப்படுகின்ற அறிவியல் முறையில் நடத்தப்படக் கூடிய ஆராய்ச்சியானது சமூக அறிவியல்களிலும் நடத்தப்பட்டதால், இவ்வகையான பாடங்கள் வளர்ச்சிப்பெற்று பல புதிய முன்னேற்றங்கள் ஏற்பட்டுள்ளன.

சமூக அறிவியல்களை முழு அறிவியல்களாக நாம் என்றும் கருத முடியாது என்பதை பார்த்தோம். மனிதர்களின் இயல்பும், சூழ்நிலையும் மாறக் கூடியதாக இருப்பத்தால், கணிப்பு என்பது அரிதாக உள்ளது

எந்த ஒரு மனிதனுக்கும் ஒரே மாதிரியான உணர்வுகளும், உணர்ச்சிகளும் இருப்பதில்லை. இதனால் நேர்காணல் முறையை

பயன்படுத்தி ஆராய்ச்சி நடத்தும் போது விளைபயன்கள் ஒரே மாதிரியான விளங்குவதில்லை. சமுக அறிவியல்களில் ஆராய்ச்சியானது மனிதர்களைப் பற்றி படிப்பதால், மனிதனை மதிக்கின்ற உளவியல், சமுக கலாச்சார மற்றும் சுழ்நிலையில் போன்றவைகளையும் படிக்க வேண்டியதாய் உள்ளது.

மனித நடத்தையில் ஒற்றுமையானது அடைய முடியாத அம்சமாய் உள்ளது.எனவே அறிவியல் ஆராய்ச்சி முறைமையானது ஒரளவிற்கே சமுக அறிவியல்களில் பயன்படுத்த பெறுகிறது. சமுக வாழ்க்கையின் விவரிக்க முடியாத உண்மைகளை கண்டறியவும், தவறான கருத்துகளை கலையவும் நடத்தபெறும் ஆராய்ச்சியே குறிக்கோளாக கருதப்படுகிறது .

இலக்குகள்:

- புதிய உண்மைகளை கண்டறிதல், பழைய உண்மைகளை பரிசோதனை செய்தல்.

- சமுக அமைப்புகளிடத்தும், சுழ்நிலையிடத்தும் மனித நடத்தைக்கான உறவுமுறைகளை கண்டறிதல்.

- இயற்கை விதிகளுக்கும், மனித நடவடிக்கைகளுக்கும் இடையேயான காரண உறவுகளை ஆராய்தல்.

- சமுக வாழ்கையையும், மனித நடத்தையையும் படிப்பதற்கு புதிய கருத்துக்கள், கோட்பாடுகள் மற்றும் மாதிரிகளை ஆராய்ச்சியின் முலம் கண்டறிதல், ஆகியவை சமுகவியல் ஆராய்ச்சியின் இலக்குகளாக கருதப்படுகிறது.

செயற்பாடுகள் (அ) பயன்கள்:

ஒவ்வொரு பாடங்களிலும் நடத்தப்பெறக்ககூடிய ஆராய்ச்சியானது பல்வேறு நிலைகளில் மனிதர்களுக்கு பயன்படுவதாய் உள்ளது. சமுகவியலில் நடத்தப்படக் கூடிய ஆராய்ச்சியானது, ஜாதி, மதம், சமுக இன்னல்கள் போன்றவைகளுக்கு புதிய வெளிச்சங்களையும் கோட்பாடுகளை உருவாக்கி தந்துள்ளனர்.

இவ்வாறு,

வரலாறு - ஆதிகாலம், இடைக்காலம், நவீனகாலம், நாடுகளின் வரலாறு, அகழ்வாராய்ச்சி, கோவில்கள்.

அரசியல் - அரசியல் கொள்கைகள், கோட்பாடுகள், அரசு, அரசாங்கம், சட்டம், சுதந்திரம், சமத்துவம்.

வணிகவியல் - வாணிபம், ஏற்றுமதி, இறக்குமதி, நுகர்வோர், நடத்தை, அமைப்புகள், கொள்கை முடிவுகள், வளர்ச்சி கொள்கைகள், வர்த்தக அமைப்புகள், நிதிநிலை பரிவர்த்தனைகள்.

பொருளாதாரம் : உற்பத்தி, திறன், விநியோகம், கட்டுப்பாடு, பொருளாதார கொள்கைகள் மற்றும் கோட்பாடுகள், பன்னாட்டு பொருளாதர நிலை, நிதி நெருக்கடி, நுண்ணிய பொருளாதாரம், பருவினப் பொருளியல் .

பொது நிர்வாகம் - கொள்கைகள், அமைப்புகள், கோட்பாடுகள், அதிகார வர்க்கம், சட்ட அமைப்புகள், சட்ட நிர்வாகம், நிதி நிர்வாகம், பன்னாட்டு சட்ட நிர்வாகம், கனிணி நிர்வாகம்.

தத்துவம் - மெய்யியல், உடைமையியல், இருத்தலியல், ஆதிகால தத்துவகள், சர்வதேச தத்துவங்கள், மெய்பொருளியல், மதங்கள், மனிதர்கள்.

மேல குறிப்பிட்டவை அனைத்தும் சில உதாரணங்களாகும். இன்று ஒரு நாட்டின் அடுத்த தலைமை இடத்தை நிரப்புவது யார் என்கிற வகையில் "கணிப்பு" இயலும் தன்மையில் உள்ளது.மேலும் பொருளாதார சிறந்த கொள்கைகள் நிர்வகிக்கபடுகின்றன.

அதை போல குற்றங்களை செய்தது யார் என்ற கேள்விகளுக்கும் விடை உடனடியாக அறியப்படுகிறது.கலவரங்கள் வருவதை முன்கூட்டியே தெரிவதும், அதை கலைவதும் நடைபெறுகிறது.

ஆராய்ச்சி முடிவுகளின் வாயிலாக பெரும் பிரச்சினைகளுக்கு தீர்வுகள் கண்டறிந்து பொது வெளியில் வெளியிடப்படுகின்றன. தத்துவங்கள் பறைசாற்றப்படுகின்றன, மேற்கத்திய சிந்தனைகளுக்கு ஈடு கொடுக்கும் விதத்திலே, கிழக்கத்திய சிந்தனைகளும்

வலம் பெற்று வருகின்றன.காலனியாதிக்கம், ஏகாத்திபதியம், அடிமைத்தனம், கொடுங்கோல் ஆட்சி போன்றவைகள் கட்டுக்குள் வைக்கப்பட்டு, தகவல் தொடர்பு சாதனங்களின் மூலமாக மாற்றப்பட்டு, அனைத்து மனிதர்களுக்கும் விழிப்புணர்ச்சி ஏற்படுத்தப்படுகின்றது. இவை அனைத்திற்கும் அடித்தளமாக குறிப்பிட்ட பல சமூக அறிவியல் பாடங்களில் நடத்தப் பெறும் ஆராய்ச்சியே காரணகர்த்தாவாக விளங்குகிறது.

உண்மைகள் கண்டறிதல்:

சமூக வாழ்வையும், அமைப்புகளையும் உள்ளடக்கிய ஏன், எதற்கு, எப்படி, எங்கு, என்ன, என்கிற கேள்விகளுக்கு பதிலளிக்கக்கூடியதாகக் உள்ளது, சமூகவியல் ஆராய்ச்சி உண்மைகளை கண்டறியும் பொருட்டு நடத்தப்படுவதே ஆராய்ச்சியாகும். "உண்மை என்பதை இவ்வுலகில் இல்லை" என்று வாதாடுபவர்களும் இவ்வுலகில் உள்ளனர். இன்னும் சற்று மேலும் சென்று, உண்மை என்ன விலை என்றும் கேட்கிறவர்கள் இருக்கிறார்கள். சமூகம் சார்ந்த மூடநம்பிக்கைகளையும், பொய்களையும், அறியாதவைகளையும் கண்டறிய ஆராய்ச்சி பயன்படுகிறது.

பிரச்சினைகளை அறிதல்:

உலகளவில் இன்றும் வறுமை, கல்லாமை, பெண் கொடுமை, சிசுகொலை, ஏற்றதாழ்வுகள், வேலையில்லா திண்டாட்டம், சமூக இன்னல்கள், குறைவான உற்பத்தி, தொழிற்நுட்ப குறைபாடு போன்ற பிரச்சினைகள் இருந்துகொண்டு மனித வாழ்வை துன்பத்திற்கு உள்ளாக்குகின்றன.இன்றும் 50 % மக்கள் இணைய வசதி இன்றி தவிக்கும் நிலை உள்ளது. ஆயுதங்களுக்கு ஒதுக்கும் நிதி விழுக்காடு அதிகமாய் உள்ளது.வறுமை ஒழிப்பிற்கு குறைவான நிதியே ஒதுக்கப்படுகிறது.ஒரு வேளை உணவில்லாமல் உலக மக்கள் பலர் தவிக்கிறார்கள். அதுபோல கொடுங்கோல் ஆட்சியினாலும் பல மக்கள் அவதிபடுகிறார்கள். பெண் சுதந்திரம் பற்றி பேசும் நாடுகள், பெண்களுக்குண்டான மதிப்பை அளிக்க தவறுகிறது.

இனப்படுகொலைகள் இன்னமும் ஒழிந்தபாடில்லை. மதத்தின் பெயரால் நடக்கும் வன்முறையும் தொடர்ந்து கொண்டுதான் உள்ளது. ஜாதி, மொழி, நிற, வேற்றுமையின் மூலமும் மக்கள் இன்னல்களுக்கு உட்பட்டுதான் இருக்கிறார்கள்.

மேற்கூறிய பிரச்சனைகள், சமூகவியல் ஆராய்ச்சியின் மூலம் பரிசோதனை செய்யப்பட்டு தீர்வுகள் காணப்படுகின்றன. பிரச்சனைகள் இன்னதென்று கண்டறிகிற பட்சத்தில், தீர்வுகளும் முன்னிறுத்தப்படுகிறது.

முறைமைப்படுத்தப்படும் அறிவு:

ஆராய்ச்சியின் மூலம் கண்டறியப்படும் பல உண்மைகள் முறைமைபடுத்தப்பட்டு அறிவுத் தொகுப்பாக வளர்ச்சியடைகிறது. இதுபோல நடத்தப்படும் பல ஆராய்ச்சிகளின் மூலம் பல பாடங்களும், அறிவு சார் வளர்ச்சியடைந்து புதிய பிரிவுகள் உருவாகின்றன.

முந்தையக் காலத்தில் அரசியல் என்கிற அறிவுத் தொகுப்பு (அ) பாடம் வழக்கத்தில் இருந்தது.பின்னே ஆராய்ச்சிகள் அதிகரிக்கும்போது, இப்பாடம் பிரிந்து பொது நிர்வாகம் மற்றும் பன்னாட்டு உறவுகள் என்று ஆனது. பின் பொது நிர்வாகம், ஆட்சியலாக மாறியது, பின்னே "அமைப்பு நடத்தை" என்ற பிரிவு உருவானது. இது போன்று ஒவ்வொரு பாடத்திலும் ஆராய்ச்சிகள். மேற்கொள்ளப்பட்டு பல புதிய "அறிவு தொகுப்புகள்" பாடங்களாகக் உருவெடுக்கும் போது மக்களுக்கும், புதிய தலைமுறைகளுக்கும் பயனளிக்கும் விதமாக அமைகிறது.

சமூக நிகழ்வுகளின் மீது கட்டுப்பாடு:

சமூக சார்ந்த அமைப்புகள் மீது நடத்தப்படும் ஆராய்ச்சியின் மூலமாக மக்கள் அக்குறிப்பிட்ட பாடங்களில் தெளிவு பெறுகிறார்கள். "வலைதள குற்றங்கள்" என்ற அறிவியல் வளர்ச்சி உண்டான பிறகு, அதற்கான தீர்வுகளும் ஆராய்ச்சியின் மூலம்

உருவாக்கப்பட்டு அதன் மூலம் மக்கள் தெளிவு பெறுகிறார்கள். இன்று "அலைபேசியின்" மூலம் அரங்கேறும் குற்றங்கள் கண்டுபிடிக்கப்பட்டு, அதற்குண்டான எச்சரிக்கைகளும் தயார் நிலையில் மக்களுக்கு அறிவுறுத்தப்படுகின்றன. இதனால் சமூகம் சார்ந்த நிகழ்வுகள், கட்டுபாட்டுக்குள் இருப்பதற்கு ஆராய்ச்சி துணை நிற்கிறது.

கணிப்பு:

சமூக உண்மைகளுக்கும் அதன் காரண உறவுகளுக்கும் இடையேயான ஒழுங்கை கண்டறிய ஆராய்ச்சி பயன்படுகிறது. அதன் விளைவாக "கணிப்பு" அதாவது முன்கூட்டியே உண்மைகளை கண்டறிந்து, நடக்கவிருக்கும் தவறுகளை, தடுப்பது ஆகும். ஒரு குறிப்பிட்ட மாவட்டத்திலோ, ஊரிலோ இரு குழுமங்களுக்கிடையே சர்ச்சைகள் உண்டாகிற போது, அங்கு நடத்தப்படும் ஆராய்ச்சி மேற்கொண்டு நடக்கவிருப்பதை, முன்கூட்டியே தெரிவித்துவிடும். இதன் மூலமாக வர இருக்கும் துற்சம்பவங்களை தவிர்ப்பதற்கோ (அ) தடுப்பதற்கோ ஆராய்வு முடிவுகள் உதவுகிறது.

வளர்ச்சி திட்டம்:

சமூக பொருளாதார வளர்ச்சியானது மக்கள் சார்ந்த பொருளாதார நிலை, வளங்கள், மக்களின் தேவை மற்றும் ஆசைகள், அடிப்படை அத்தியாவசியங்கள் போன்றவைகளை நம்பியே உள்ளது. இதற்குண்டான தகவலை திரட்டும் பொருட்டு ஆராய்ச்சி தேவைப்படுகிறது. மேலும் கொள்கை முடிவுகளின் இருப்பை நிர்ணயம் செய்வதும் ஆராய்ச்சியாகும். மதிப்பீட்டு ஆய்வுகளின் மூலமாக கொள்கை திட்டத்தின் தாக்கம் மற்றும் ஆக்கநடவடிக்கைகள் போன்றவை உருவாக்கப்படும். சேது சமுத்திர கால்வாய் திட்டம் போன்ற பொருளாதார கொள்கை முடிவுகள் இதற்கு சாட்சி. இந்தியாவுக்கும், இலங்கைக்கும் இடையேயான கடல் மட்டத்தின் ஆழத்தை அதிகப்படுத்தினால் கப்பல் போக்குவரத்தின் பொருளாதார செலவுகளை மிச்சபடுத்தலாம்,. இதற்குண்டான செலவுகள், மனித

வளங்கள் மற்றும் செயல்முறை நடவடிக்கைகள், போன்றவை தகவல் திரட்டல் மூலம் சேர்க்கப்படுகின்றன. நேர்மறையான கொள்கை முடிவுகளுக்கு மட்டுமல்லாது எதிர்மறையான பாதிப்புகளும் காரண காரிய இயல்புகளை பரிசோதிப்பதற்கு ஆராய்ச்சி பயன்படுகிறது.

சமூக நலன்:

சமூக நலம் மற்றும் நீதி என்பது இன்றைய காலத்தின் இலக்குகளாக உள்ளது. சமூக பிரச்னைகள் மற்றும் அநீதிகளை களைவதற்கு, இன்னதென்று அறிவதற்கும், அதற்குண்டான நிவர்த்தியை உண்டு பண்ணுவதற்கும் ஆராய்ச்சி துணை நிற்கிறது. சமூக சீர்திருதங்களிலும், சமூக நலனிலும் ஆராய்ச்சியின் பங்கு அதிகம் காணலாம் .

பலதுறை அணுகுமுறை:

சமூக அறிவியல்களின் ஆராய்ச்சியானது பல துறைகளில் நடத்தப்பெறுகின்ற ஆராய்ச்சிகளின் முடிவுகளையும், கோட்பாடுகளையும் பயன்படுத்தி, குறிப்பிட்ட துறைகளில் வளர்ச்சியை ஏற்படுத்தி வருகிறது. 1950-களில் மிகவும் பிரசித்தி பெற்ற இம்முறை இன்றளவில் மாபெரும் வளர்ச்சிகளை பல துறைகளில் அளித்து வருகிறது.

ஆனாலும் 2000 வருடங்களுக்கு முன்பாகவே இம்முறைமை பயன்பாட்டில் இருந்தது கவனிக்கத்தக்கது. கணிதத்தின் தந்தையான "பிதாகோரஸ்" அவர்கள் இசையையும் முழு அறிவியலாக கணித்து அதிலுள்ள சாராம்சங்களை கணக்குகளில் பயன்படுத்தியுள்ளார். கணிதத்தில் "இனக்கமாக" என்கிற வார்த்தை இசை துறையிலிருந்து பெறப்பட்டதாகும். அதுபோல "முறைமை கோட்பாட்டின்" முறைமை என்கிற வார்த்தை தாவரவியலிலிருந்து பெறப்பட்டு பயன்படுத்தப்பட்டது. அரசியல் அறிவியல் என்கிற துறை, முன்னொரு காலத்திலே "சமூக கட்டுமானம்" என்று அழைக்கப்பட்டது. இதுபோல "புள்ளியியலை" பயன்படுத்தி சமூக

அறிவியல்களில் நடத்தப்படும் ஆராய்ச்சிகளில் "நடுநிலைத்தன்மை" பின்பற்றப்படுகிறது.மேலும் "அளவுகளை" அடிப்படையாகக் கொண்டு "எண்களை" பயன்படுத்தி ஆராய்ச்சியானது துல்லியமான முறையில், முழு அறிவியலுக்கு சமமாக நடத்தப் பெறுகிறது.

கருத்துருவாக்கங்களாவன ஒரு துறையிலிருந்து பல்வேறு துறைகளுக்கு பயன்படுத்தப்படுவதையும் பார்த்தோம். உடற்கல்வியில் இருந்து "விளையாட்டு கோட்பாடு" உருவாக்கப் பட்டது. இக்கோட்பாடு சர்வதேச உறவுகளில் பயன்படுத்தி பல ஆராய்ச்சிகள் நடத்தப் படுகின்றன. இக்காலகட்டத்தில் எந்த ஒரு குறிப்பிட்ட துறை தொடர்பான ஆராய்ச்சியையும் தனித்து நடத்த இயலாது.ஏனெனில் அனைத்து துறைகளிலும் நடத்தப்படுகின்ற. ஆராய்ச்சியானது மனித இனத்தை ஒட்டி அமைவதால் பலதுறை முறைமை வெற்றி வாகை சூடுகிறது.

மேலும் சமுக பிரச்சனைகளை அலசி ஆராயும் போது, பல கோணங்களில் ஆராய்ச்சி நடத்தப்பட்டால் ஒழிய "முழுமைத்தன்மை" கண்டறிவது இயலாது. குடிசை வாசிகளின் வாழ்வாதாரத்தை பற்றிய ஆராய்ச்சியானது, பொருளாதர கொள்கைகள், திட்டங்கள், சமுக அமைப்பு, மதம், ஜாதியமைப்பு, பொது தேவைகள், அரசியல் விருப்பம், குடும்ப அமைப்பு, போன்ற பல கோணங்களில் ஆராய்ச்சி நடத்தப்படக் கூடியதாக உள்ளது.

குன்னார் மிர்டால் கூறுவது போல, பொருளாதார, சமுக, இன, மத, நிற, பிரச்சனைகள் என்று தனித்தனியாக எதுவும் இவ்வுலகில் இல்லை, மறாக பிரச்சனைகள், பிரச்சனைகளாக மட்டுமே பார்க்கப்பட வேண்டும். அப்போதுதான் அதற்க்குரிய தீர்வுகள் முழுமையாக கிடைக்கப்பெறும். அத்தனை துறைகளிலும் இயக்ககூடிய அணுகுமுறைகளையும் கோட்பாடுகளையும் கூட்டாக இனைத்து ஒரு பிரச்சனைக்கான தீர்வை அணுகுதல் நன்று.

சமுக அறிவியல் ஆராய்ச்சியில் புற உண்மைகள்:

அறிவியல் ரீதியான ஆராய்ச்சியில் புற உண்மைகள் பெரும் பங்கு வகிக்கிறது. சமுக அறிவியலுக்கும், முழு அறிவியலுக்குமான

வேறுபாடுகளில் தனித்தும் உள்ளது. ஒரு ஆராய்ச்சியின் முடிவானது எந்தவித சாரபட்சமும் இன்றி, நடுநிலையாக, மதிப்பு சாராது அமைதல் 'புற நிலை உண்மைகள்' எனப்படும். மேலும் ஆராய்ச்சியாளரின் விருப்பு வெறுப்புகளுக்கு மதிப்பளிக்காது, நம்பிக்கைகளையும் சாராது முடிவுகள் அமைதல் வேண்டும்.

சமூக அறிவியல் ஆராய்ச்சிகளில் புற உண்மைகளை கொணர்வது பெரும் பாடாக அமைகிறது.இதற்குண்டான தடைகள் பல.அவையாவன,

- தனிப்பட்ட நிலையில் பாரபட்சம்

- மதிப்பு சார்தல்

- அறநெறி குழப்பங்கள்

- சமூக சிக்கல்கள்

பாரபட்சம்:

ஆராய்ச்சியாளர்களின் பழக்க வழக்கங்கள், குடும்ப சூழ்நிலை, உணர்வுகளின் தன்மை, ஆதரவு மனப்பான்மை, ஆதிக்க உணர்ச்சி போன்றவைகள் சேர்ந்து, ஆராய்ச்சியை எதிர்மறையாக தாக்குகின்றன. இதன் மூலம் ஒரு குறிப்பிட்ட ஆரய்ச்சியாளரின் தாக்கம் முடிவுகளை பாதித்து புற உண்மைகளையும் சீரழிக்கின்றன. ஒரு ஆராய்ச்சியாளர் அமெரிக்காவில் வாழும் தமிழ் மக்களின் வாழ்வு முறையை பற்றி படிக்க விரும்புகின்றார் என்றால், அவர் தமிழ்நாட்டில் இருக்கும் பட்சத்தில் ஆராய்ச்சி முடிவுகள் சரியாக இருக்கும்.ஆனால் அதுவே அந்த ஆராய்ச்சியாளர் அமெரிக்காவில் இருந்துகொண்டு, ஆராய்ச்சியை செய்தார் எனில் முடிவுகள் புற உண்மைகளோடு இருக்க வாய்ப்பு இல்லை. ஏனெனில் ஆராய்ச்சியாளர் அமெரிக்க மண்ணில் சகல சௌகரியங்களையும் அனுபவித்து, அங்கேயே படித்து வாழ்ந்து வந்திருக்கும்பட்சத்தில், முடிவுகள் சரிவர இருப்பதற்கு வாய்ப்பு இருக்காது. கண்டிப்பாக ஆராய்ச்சியாளரின் சொந்த விருப்பு, வெறுப்பும், பாரபட்சமும் செயல்படும்.

மதிப்பு தொடர்பாக பிரச்சனைகள்:

ஒரு ஆராய்ச்சியாளரின் சிந்தனைகள் எதனை ஒட்டி அதிகம் உள்ளதோ அவை கண்டிப்பாக ஆராய்ச்சியில் தாக்கத்தை ஏற்படுத்தும். பெரியாரின் கடவுளுக்கு எதிரான சிந்தனையும், மார்க்சின் கமியுனிசமும், காந்தியின் அகிம்சை கொள்கையையும் இதற்கு உதாரணமாக எடுத்துக் கொள்ளலாம். மேற்கூறியவர்கள் நம்புபவை எதுவோ, அச்சிந்தனையே அவர்களுடைய ஆராய்ச்சியில் தாக்கத்தை ஏற்படுதுகிறது.காந்தியை "போர்" பற்றி ஆராய்ச்சி செய்ய கூறினால் "போர்" வேண்டாம் என்றுதான் ஆராய்ச்சி முடிவு இருக்கும். நேதாஜியிடம் "அமைதி" தொடர்பான ஆராய்ச்சியை மேற்கொள்ள கூறினால், "புரட்சி" என்றே வார்த்தை வரும் .மேற்கூறியது போல அவரவர்களின் சிந்தனைகளை ஒட்டி இருக்கக்கூடிய மதிப்புகள், ஆராய்ச்சியில் பாதிப்பை ஏற்படுத்தி, நடுநிலை தன்மையை இழக்க செய்கிறது.

அறநெறி குறிப்புகள்:

ஆராய்ச்சி நடவடிக்கைகளில் ஆராய்ச்சியாளருக்கு தான் மேற்கொள்ளும் ஆராய்ச்சியில் பங்கு பெறுபவர்கள் மூலம் அறநெறி குழப்பங்கள் வருவதற்கு வாய்ப்பு அதிகம் உள்ளது.

- முதலாவதாக ஒருவரின் ஆராய்ச்சி யாரால் நிதி ஆதரவு அளிக்கப்படுகிறது என்பதாகும். அரசாங்கத்திடம் நிதியைப் பெற்றுக் கொண்டு, அரசாங்க அயல் நாட்டு கொள்கைகளை நாம் எதிர்மறையாக விமர்சனம் செய்ய இயலாது.

- தகவல் பரிமாறும் (அ) உத்தரவு பிறப்பிக்கும் இடத்தில் உள்ளவர்களிடம் நட்பு பாராட்ட வேண்டும். நம் ஆராய்ச்சிகுண்டன தகவல்களை அளிப்போருக்கு ஆதரவாகவே நம் ஆராய்ச்சி இருத்தல் வேண்டும் என்பது எதிர்பார்ப்பு. குறிப்பிட்ட மாவட்டத்தில் வளர்ச்சி திட்டங்களை பற்றிய ஆராய்ச்சியில், மாவட்ட ஆட்சியாளர் அலுவலகத்திலிருந்து தகவல்களை பெறவேண்டியது

அவசியம். ஆனால் தகவல்களை, ஆராய்ச்சியாளர்கள் பெற்று கொண்டு மாவட்ட ஆட்சி, முறை தவறி நடந்து கொண்டது என்று ஆராய்ச்சி முடிவுகளை கொணர இயலாது. நேர்மறையாகவே நிங்கள் அறிக்கை அளிக்குமாறு சூழ்நிலை நிலவும்.

- துணை ஆய்வாளர்கள் (அ) ஆராய்ச்சி முனையில் உங்களோடு துணை புரிபவர்களின் கருத்துக்கள், சூழ்நிலை சிந்தனை போன்றவையும் அறிக்கையை பாதிக்கிறது.

- இதற்கெல்லாம் அப்பாற்பட்டு ஆராய்ச்சிகுண்டான தலைப்பே சில அறநெறி சிக்கல்களை ஏற்படுத்தும். ஒரு குறிப்பிட்ட கட்சியின் ஆட்சி காலத்தில், "நீர் சேமிப்பு" நடவடிக்கைகள் எந்தளவிற்கு நடத்தப்பட்டது என்ற ஆராய்ச்சியில், "சரியாக நடைபெறவில்லை" என்ற முடிவு பாதகம் விளைவிக்கும். மேற்க்கூறியவையே அறநெறி முரண்பாடுகளாக செயல்பட்டு ஆராய்ச்சியின் புற உண்மை தன்மையை சீர்குலைக்கிறது.

சமூக அறிவியலில் புற உண்மை தன்மையை அடைதல்:

மேற்க்கூறிய எந்தெந்த நிலைகளில் புற உண்மைத் தன்மையை பாதிக்கிறது என்பதை பார்த்தோம். ஆராய்ச்சியில் இப்பிரச்சனைகளை களைவது எவ்வாறு என்பதை பார்ப்போம்.

ஆராய்ச்சியாளர்கள் பொறுமை மற்றும் சுய கட்டுப்பாட்டை கடைபிடித்தல் அவசியம். ஆராய்ச்சி என்பது விடைகளில்லா பிரச்னைகளுக்கு, தீர்வை கண்டறியும் "உயிர்ப்பு" தொடர்பாக விஷயமாகும். ஒரு மருத்துவரிடம் நோயாளி எந்த நம்பிக்கையுடன் செல்கிறாரோ, அதே நம்பிக்கை ஆராய்ச்சியாளர்களிடத்தில் எதிர்பார்க்கப்படுகிறது. இந்தநிலையில் ஆராய்ச்சியாளர்கள் பாரபட்சமாகவும், தனக்கு வேண்டியதற்க்காகவும், சுய விருப்பு வெறுப்புகளுக்காவும் ஆராய்ச்சியை மேற்கொள்ளும்போது, நாம் நடுநிலை தவறுகிறோம்.

பெருந்தன்மையான மனம்:

ஒரு ஆராய்ச்சியாளர் சமூக பிரச்னைகளை அலசி ஆராய்ந்து தீர்வு காண முனையும்போது, இது சார்ந்த ஆராய்ச்சியாளர்களையும், அமைப்புகளையும் கலந்து கொள்ளுதல் அவசியமாகிறது. "பசுமை புரட்சி"யில் சுவாமிநாதன் அவர்கள் வெற்றி பெற்றார் என்றால், "திறந்த மனதோடு" பிரச்சினையை அணுகியதாலேயே எனலாம். ஜனநாயக சூழ்நிலை ஆராய்ச்சியாளர்களுக்கு அமைகிறபோது, அங்கே உண்மையான, நிலையான, துல்லியமான, சரியான தீர்வுகள் கிடைக்க வாய்ப்புண்டு.

தரமான கருத்துக்கள்:

நாம் மேற்கொள்ளும் ஆராய்ச்சியில், ஈடுபடுத்தும் கருத்துக்களாவன தரமானதாகவும், நம்பும்படியாகவும் இருக்கும்பட்சத்தில், அங்கே குழப்பங்களும், கேள்விகளும், தவறான புரிதல்களும் எழுவதில்லை. தலைமை பண்பு என்றாலே, "பொதுநலம்" சார்ந்த கருத்துக்களையொட்டி ஆராய்ச்சி செய்தோம் என்றால் கண்டிப்பாக நம் ஆராய்ச்சி நல்வழிகாட்டியாக இருக்கும். தலைமை என்றால், "நாட்டின் வளர்ச்சி" (அ) பொருள் வளர்ச்சி என்கிற கருத்துக்களையோ, கோட்பாடுகளையோ ஒட்டி ஆராய்வு செய்யும்போது, அங்கு கேள்விகள் முளைக்கின்றன. தன்னலம் கருதாத தலைமையால் மட்டுமே சக மக்களுக்கு "நன்மை" செய்ய முடியும்.

அளவை முறைமை:

ஆராய்ச்சியில் வகைகள் காணப்படுகின்றன. அதை விரிவாக நாம் அடுத்தப் பகுதியில் பார்ப்போம். "தரம்" மற்றும் "அளவு" ஆகியவை அடிப்படையில் ஆராய்ச்சியால் நடத்தப்படுகிறது. இவைகளில், "தரம்" ஆராய்ச்சியானது முடிவுகளில் வேறுபாடு உடையது. ஆராய்ச்சியில் நம்பிக்கையையும், ஒருமித்ததன்மைகளையும், புற உண்மை தத்துவத்தையும் ஏற்படுத்த வேண்டும் என்றால், "அளவை ஆராய்ச்சியை" மேற்கொள்ளுதல் வேண்டும். "அளவை ஆராய்ச்சி என்பது" எண்களை உடையது ஆகும். இவ்வகை

ஆராய்ச்சியில் கேள்விகள் குறைவு, சர்ச்சைகளும் குறைவு, குறிப்பிட்ட மாநிலத்தில், அரசாங்கத்தின் வேலை வாய்ப்பு திட்டங்கள் எத்தனை மக்களுக்கு சேர்ந்துள்ளது, பயனளித்துள்ளது என்கிற ஆராய்ச்சியானது துல்லியமான அளவுகள் கொண்டு செயல்படுவது ஆகும். "ஆட்சியின் தரம் எவ்வாறு உள்ளது" என்கிற ஆராய்ச்சிக்கு, கட்சியை சார்ந்தவர்கள் "நன்று" என்று கூறுவதும், கட்சி சாராதவர்கள் "எதிர்மறை"யாக பதில் அளிப்பதும், புற உண்மைத்தன்மையை சீரழிக்கின்றன.

குழும ஆராய்ச்சி:

தனி நபர் ஆராய்ச்சியாக இன்றி, பல நபர்கள் கொண்ட குழுமம் ஒரு ஆராய்ச்சியை மேற்கொள்ளும்போது.அங்கே புற உண்மைத்தன்மை நிலை உறுதிபடுத்தப்படுகிறது.ஒருவர் மேற்கோள்காட்டிய ஆராய்ச்சியில், அவருடைய தாக்கம், ஆராய்ச்சி முடிவில் கண்டிப்பாக இருக்கும். ஆனால் குழும ஆராய்ச்சியானது, கலந்துரையாடல் மூலமாக நடைபெறுமாதாலால் அங்கே பாரபட்சமும், எதிர்மறை தாக்கமும் இராது.

நோக்கம் ஏதுமற்ற முறையில், ஆராய்ச்சி கேள்விகளுக்கு பதிலளிப்பவர்கள் தேர்வு செய்யும்போது, ஆராய்ச்சியின் நோக்கம் துல்லியமாகவும், தீர்வுகள் சிறந்ததாகவும் கிடைக்கிறது. இந்தியாவில் ஆளும் கட்சியின், மக்கள் நலன் கொள்கைகள் தொடர்பான ஆராய்ச்சியை, மாநிலங்களில் நடத்தும்போது முன்னதாக நிர்ணயிக்காமல் "ஏதாவது ஒரு வழியில்" தேர்வு செய்யப்பட வேண்டும். "எதாவது ஒரு வழி" என்றால், தொலைபேசி எண்கள் புத்தகத்தில் இருந்தோ, கலெக்டர் அலுவலகத்தில் இருந்தோ நாம் பதலளிப்பவர்களை, தேர்வு செய்து, அவர்களிடம் நமக்கு வேண்டிய ஆராய்ச்சி கேள்விகளை கொடுக்கலாம்.

ஆராய்ச்சியில் அறநெறி:

முழு அறிவியல் ஆராய்ச்சி மேற்கொள்ளும்போது, மிருக வதைப்பு எதிரான சட்டங்களின் படி, நாம் முன் கூட்டியே அனுமதி பெற வேண்டும். சமூக ஆராய்ச்சியில் ஏற்கனவே குறிப்பிடபட்டுள்ளது

போல, தகவல் தருபவர்கள், நிதி அளிப்பவர்கள், ஆளும் கட்சிகள் சார்ந்த ஆராய்ச்சி மேற்கொள்ளும்போது, நாம் ஒருதலைப்பட்சமாக நடக்கிறோம். மேலும் பதிலளிப்பவர்களை தேர்வு செய்யும்போது சர்வ ஜாக்கிரதையாக இருத்தல் வேண்டும். சமுக பிரச்சனைகளை அலசும்போது, வெகு ஜன மக்களை, முக்கியமாக அரசியல் கட்சிகள் சாராது இருப்பவர்களை ஆராய்ச்சிக்குட்படுத்த வேண்டும். மேலும் ஆராய்ச்சியாளரும், தன் கொள்கைகளையும், விருப்பு வெறுப்புகளையும் சற்று ஒதுக்கிவிட்டு, ஆராய்ச்சிக்குண்டான தீர்வுகளை கண்டறிய முனைய வேண்டும். பின் வருவன "பதிலளிப்பவர்கள்" தொடர்பான பிரச்சனைகளை ஆராய்ச்சியாளர்கள் சந்திக்கின்றார்கள்.

பழங்குடியினர் பற்றிய ஆராய்ச்சியில், அவர்களுக்கு தெரியாமலேயே, ஆராய்ச்சியாளர்கள் சுற்றுலா பயணிகள் போல அவர்களோடு இருந்து வேண்டிய தகவல்களை பெறுகிறார்கள். பழங்குடியினரின் மொழி அறியாதது ஒன்று, ஆனால் அம்மக்களுக்கு, பணமளித்து அவர்களோடு பயணித்து, குறிப்பிட்ட நாட்கள் இருக்கும் பொது, ஆராய்ச்சிகுண்டான விளக்கங்களும், முடிவுகளும் கிடைக்கப் பெறுகின்றோம். இவ்வகை ஆராய்ச்சி, உரிமைக்கு மீறியதாக உள்ளது. ஒரு மனிதன், தான் ஆராய்ச்சிக்கு உட்படுத்தப்படுகிறோம் என்பது தெரியாமலேயே ஈடுபடுத்தப்படுகிறான். தனிமனித சுதந்திரமும் இதில் உள்ளது. ஆராய்ச்சியில் பங்கு பெறுவதா, வேண்டாமா என்பது தனி மனிதர்களின் சுதந்திரம் தொடர்பானது.

ஒரு தொழிற்சாலையில் பணி செய்யும் பொது, அங்கே ஆராய்ச்சி நடைபெறுகிறது, என்றால் அதற்கு அங்கு பணியில் உள்ளவர்கள், அதற்குட்பட்டுதான் ஆக வேண்டும். ஆராய்ச்சியாளர்கள் கேட்கின்ற கேள்விகளுக்கு பதில் சொல்லியே ஆக வேண்டும். தொழிற்சாலை உயரதிகாரிகளை எதிர்த்தும் பேச முடியாது. மேலும் அவர்களின் பதில்கள், தொழிற்சாலையை எதிர்த்தும் இராது. இதனால் ஆராய்ச்சி செய்ய முனைவோர்களின், உண்மை விருப்பமானது மாறுகிறது. ஆராய்ச்சியாளர்கள், எதிர்ப்பார்க்கும் விளைபயன்களை, நடுநிலையாக பெற முடியாததாக உள்ளது.

பல ஆராய்சிகளில், பதிலளிப்பவர்கள், சுழ்நிலைக்காக பொய்யான பதில்களை அளிக்க வேண்டியுள்ளது. ஒரு குறிப்பிட்ட நிர்வாகத்தின் செயல்பாட்டை பற்றிய ஆராய்வில் அமைப்பு அலுவலகத்தில், ஆராய்ச்சி மேற்கொள்ளப்படும் பொது, "பதிலளிப்பவர்களின்" பதில்கள் கட்டுப்பாடுடன் இருக்கும். உண்மையான பதில்கள் மறைக்கப்படும். இதே கேள்விகள் சம்பந்தப்பட்டவர்கள், தனித்தனியாக இருக்கும்போது கேட்கபடுகிறபோது, உண்மையான பதில்கள் கிடைக்கப்பெறுகிறது.

மனித மதிப்புகள்:

அறிவியல் ஆராய்ச்சியில், ஆராய்ச்சியாளர்கள் கேட்கின்ற கேள்விகளுக்கு மட்டுமே பதில்கள் எதிர்பார்க்கப் படுகின்றன. மதங்களை பற்றிய கேள்விகள் உருவாக்கப்படும்போது, "பதிலாளிகள்", "என்ன கூறுவார்கள்", "என்ன வேண்டும்" போன்றவை அடிப்படையில் கேட்கிறபோது, அங்கே அறநெறி பாதிக்கின்றது. அண்டைய நாட்டில் குறிப்பிட்ட மதத்தை சார்ந்தவர்கள் வஞ்சிக்கப்படுகிறார்கள், கொல்லப்படுகிறார்கள், இம்சிக்கப்படுகிறார்கள்", என்பது போல கேள்விகள் உருவாக்கும்போது, அம்மதத்தின் மேல் காழ்ப்புணர்ச்சி ஏற்பட வாய்ப்புண்டு. எனவே ஆராய்ச்சியாளர்கள் கேள்விகள் உருவாக்கும்போது, நடுநிலையாக, பாரபட்சமின்றி, நிவர்திக்குண்டான கேள்விகளை உருவாக்குதல், உண்மைக்கு வழிவகுக்கும்.

உளவியல் வல்லுநர்கள், பதிலளிப்பவர்களை பரிசோதனை செய்யும் பொது, ஆராய்ச்சிக்கு தொடர்பானவர்களின் வாழ்வுமுறை, திருமண வாழ்க்கை மற்றும் மத நம்பிக்கை தொடர்பான கேள்விகளை கேட்கும்போது, அவர்களின் தனிமை சுதந்திரம் பாதிக்கப்படுகிறது. ஒரு மனிதன், நடத்தையை பரிசோதிக்கும்போது, இவ்வாறான அறநெறி தொடர்பான பிரச்சினைகள் எழுகிறது.

நேர்முக பரிசோதனை மேற்கொள்ளும்போது பதிலளிப்பவர்களின் பெயர்கள், மற்றும் மதம் போன்றவைகள் இரகசியமாக

பாதுகாக்கப்படும் என உத்தரவாதம் அளிக்கப்படுகிறது. ஆனால் இம்மாதிரியான இரகசிய உத்ரவாதங்கள் எப்போதும் மீறப்பட்டு பகிரங்கப் படுத்தப்படுகின்றன.

48 ஆராய்ச்சி முறைமை

பாதுகாக்கப்படும் என உத்தரவாதம் அளிக்கப்படுகிறது. ஆனால் இம்மாதிரியான இரகசிய உத்ரவாதங்கள் எப்போதும் மீறப்பட்டு பகிரங்கப் படுத்தப்படுகின்றன.

இயல்-3
ஆராய்ச்சி வகைகள்

இலக்கை மற்றும், முறைகள் பொருத்து ஆராய்ச்சி பல வகைகளாக பிரிக்கப்படுகிறது.மாணவர்கள் மற்றும் ஆராய்ச்சி-பிரியர்கள் புரிந்து கொள்ளும் வகையிலும், முறைகளை பொருத்தும் வகைப்படுத்தப்படுகிறது.ஆனாலும் அத்துணை வகைக்குள்ளும் ஓர் மெல்லிய இணைப்பு இருப்பதை நாம் கவனிக்கலாம்.

ஆராய்ச்சி முடிவுகள் சிறப்பாக அமைய வேண்டுமெனில் நாம் தேர்ந்தெடுக்கும் வகைப்பாடு வெகு முக்கியம்.

ஆராய்ச்சி வகைகளாவன:-

இலக்கை அடிப்படையாக கொண்டு

> தூய ஆராய்ச்சி

> பயன்பாட்டு ஆராய்ச்சி

> ஆய்வு சோதனை

> விளக்க சோதனை

> கண்டறியும் ஆராய்ச்சி

> மதிப்பீட்டு ஆராய்ச்சி

முறைகளை அடிப்படையாக கொண்டு பின்வருமாறு பிரிக்கப்படுகிறது.

> பரிசோதனை ஆராய்ச்சி

> பகுப்பாய்வு ஆராய்ச்சி

> வரலாற்று ஆராய்ச்சி

> கணக்கெடுப்பு ஆராய்ச்சி

தூய ஆராய்ச்சி:-

தூய ஆராய்ச்சியை அடிப்படை ஆராய்ச்சியாகவும் வரையறை செய்வதுண்டு.உடனடியான பயன்பாடு இல்லை என்றாலும் அனைத்து ஆராய்ச்சிகளுக்கும் அடித்தளமாக விளங்ககூடிய கோட்பாடுகளை உடையது இவ்வாராய்ச்சி.

நியூட்டனின் விதிகள், கலிலியோவின் கண்டுபிடிப்புகள், ஜன்ஸ்டீனின் விதிகள் என பல வகைகளில் இவ்வகை ஆராய்ச்சி செய்யப்பட்டுள்ளது.

இவ்வகையான ஆராய்ச்சிகள் மனிதனின் அறிவு வேட்கையினால் உண்டானது ஆகும். ஏன் இலைகள் பச்சையாக உள்ளன? நீருக்கு ஏன் நிறமில்லை?வானத்தின் நிறமென்ன?ஏன் மழை பெய்கிறது?மின்னல் எப்படி உண்டாகிறது? ஏன் பருப்பொருட்கள் பூமியை நோக்கி விழுகின்றன?இரத்தம் ஏன் சிவப்பாக உள்ளது?பெரும்பாலும் இவ்வகை ஆராய்ச்சியின் மூலம் கோட்பாடுகள் உருவாகின்றன. இவை அடிப்படை முதன்மைவாத கோட்பாடுகளாகவும் விதிகளாகவும் ஆராய்ச்சியில் பயன்படுகின்றன.

பழைய கோட்பாடுகள் மற்றும் விதிகள் மறுபரிசோதனை செய்யப்பட்டு புதியன பிறக்கின்றன.மேலும் புதிய ஆராய்ச்சிகளுக்கு அறிவு பொக்கிஷமாக இவ்வகை ஆராய்ச்சி அமைந்துள்ளது.

பூமியானது மையத்தில் இல்லை, சூரியனை கிரகணங்களுக்கு நடுவில் இருந்து ஏனைய கிரகணங்கள் பூமி உட்பட சுற்றி வருகிறது.மேற்கூறிய ஆராய்ச்சி கண்டுபிடிப்பு பூமியை சுற்றி "சாட்டிலைட்டுகள்" அனுப்புவதற்கு பயன்படுகிறது.

உடனடி பயன்பாடு இல்லை எனினும், எதிர்கால அறிவியல் நுட்ப வளர்சிக்கு அதிகம் பயன்படுவது இவ்வகை ஆராய்ச்சியாகும்.

இன்று நாம் உபயோகிக்கும் உபகரணங்கள், பேருந்து மற்றும் வானூர்தி, கட்டிடங்கள், தாவரங்கள், காய்கனிகள், விவசாயம் போன்ற அனைத்திற்கும் அடித்தளமாக இருப்பது இவ்வகை ஆராய்ச்சியாகும்.

தூய ஆராய்ச்சியின் பயன்கள்:

யதார்த்த வாழ்கையின் பல்வேறு பிரச்சனைகளுக்கு தீர்வுகள் அளிக்கிறது. "மாஸ்லோவின் கோட்பாடானது" (உத்வேகம்) பணியாளர்களை ஊக்குவிப்பதாக உள்ளது. அஃதாவது பணியாளர்கள் தங்கள் கடமைகளை சரிவர செய்யும்பட்சத்தில் அவர்களுக்கு ஊக்கத்தொகை அளிக்கச் சொல்கிறது இக்கோட்பாடு.

இதுபோல பொதுவிதிகளின் உருவாக்கம், பல பயன்களை அளிப்பதாக உள்ளது.ப்ளாட்டாவின் 'தத்துவஞானி' அரசன் ,அரசாளுகையில், ஊழல் குறைகிறது.

அரிஸ்டாட்டில், அரசால்பவர்களுக்கு அடிமைகள் இருப்பது அவசியம் என கூறியுள்ளார்.இவ்வாறு பொதுவிதிகள் அடிப்படை விதிகளாக அறிவுறுத்தப்பட்டாலும், அவ்விதிகளின் இடம், பொருள், சூழ்நிலை, காலகட்டம் என்பது கவனிக்கத்தக்கது.

சமுக பிரச்சனைகளுக்கு தீர்வுகள் தூய ஆராய்ச்சியில் விளக்கப்படுகிறது. "ஜாதிகள் இல்லையடி பாப்பா" என்பது பொதுவிதியாக கருதப்படுகிறது."தனியொரு மனிதனுக்கு உணவில்லையெனில் ஜகத்தினை எரித்திடுவோம்" என்னும் கூற்றும் உண்டு."வாடிய பயிர்களை கண்ட போதெல்லாம் வாடினேன்" போன்றவைகள், மனிதர்களின் உள்ளுணர்விலிருந்து தோன்றிய ஆராய்ச்சி சிந்தனைகளாகும்.இவையனைத்தும் பல சமுக நோய்களைத் தீர்க்கக்கூடிய தீர்வுகளாக உள்ளன.

இன்றைய நவீன கால கண்டுபிடிப்புகளான அலைபேசி, ராக்கெட் மற்றும் இதர பருப்பொருட்கள் யாவுமே அடிப்படை (அ)

தூய ஆராய்ச்சியிலிருந்து உருவானதாகும். மேலும் இதுபோன்ற ஆராய்ச்சிகள் வளருகின்றபட்சத்தில், சமுக வாழ்க்கை வளம் பெறும் என்பது உறுதி.

பயன்பாட்டு ஆராய்ச்சி:

பயன்பாட்டு ஆராய்ச்சி என்பது வாழ்வு தொடர்பான பிரச்சனைகளுக்கு உடனடி தீர்வை தரவல்ல ஆராய்ச்சியாகும். உடனடி தீர்வை மையப்படுத்தியும், யதார்த்த நிவர்த்தியையும் கொண்டு பரிசோதிக்கப்படும் ஆராய்ச்சியாகும். மக்களுக்கு தேவைப்படுகிற ஒரு அடிப்படை பொருளோ (அ) புதியதாக கண்டுபிடிக்கப்பட்ட ஒரு பொருளோ விற்கப்பட ... வேண்டுமென்றால் அதற்கு சந்தையை பற்றி பரிசோதனை செய்வது அவசியம். கோக்கோகோலா (அ) மக்கள் வெகுவாக பருகுகின்ற பானம் திடிரென்று மார்கெட் குறைகிறது என்றால், அதற்குண்டான ஆராய்ச்சியை செய்து தீர்வு கண்டறிவது இவ்வகையான ஆராய்ச்சியாகும். பொருளாதாரம், புள்ளியியல், மேலாண்மை, வணிகவியல், நிர்வாகம், அரசியல் போன்ற துறைகளில் நடத்தப்படக்கூடிய ஆராய்ச்சிகள் இவ்வகையை சார்ந்தது. நிர்வாக சீர்கேடால், ஒரு தொழிற்சாலை தோல்வியுறும்போது (அ) உழவர் சந்தையின் பயன் சரியாக போய் சேருவதில்லை எனும்போது பயன்பாட்டு ஆராய்ச்சி அங்கே நடத்தப்பட்டு மக்களிடம் நேர்முக காணலின் மூலம் பதில்கள் பெறப்பட்டு உடனடியாக தீர்வுகள் கண்டறியப்படுகின்றன. பயன்பாட்டு ஆராய்ச்சியானது உடனடி தீர்வுக்கு மட்டுமல்லாமல் பழைய கோட்பாடுகளை பொய்ப்பதற்கும் புதிய கோட்பாடுகளை உருவாக்குவதற்கும் பயனாகிறது.

பயன்பாட்டு ஆராய்ச்சியின் பங்களிப்பு:

புதிய உண்மைகளை கண்டறிய இவ்வகை ஆராய்ச்சி சரியானதாக விளங்குகிறது. அரசாங்க பள்ளிகளில் படிப்பதற்கு ஏதுவாக, காமராஜர் "மதிய உணவு" முறையை கொணர்ந்தார். அதன் பின்னே குழந்தைகளின் எண்ணிக்கை உயர்ந்தது. "மழை நீர் சேகரிப்பு" திட்டம்

கொணரப்பட்டது.வெயில் காலங்களில் நடைமுறைபடுத்தப்பட்டு, நீர் நிலைகள் மற்றும் சேமிப்பு உருவாக்கப்பட்டது.இவைப்போல உடனடி தீர்வு மட்டுமின்றி ஒரு குறிப்பிட்ட துறையின் 'அறிவு சார்ந்த கோட்பாடு' வளர்ச்சிக்கும் இவ்வாராய்ச்சி பயன்படுகிறது.

பயன்பாட்டு ஆராய்ச்சியானது, கோட்பாடுகளையும் கொண்டுள்ளது. அறிவியல் முறையில், ஆராய்ச்சியாளர் பரிசோதனை செய்து பார்க்கும்போது, புதிய கருத்துகளும் கோட்பாடுகளும் உருவாக வாய்ப்பு உள்ளது. அலைபேசியின் பயன்பாட்டின் ஆராய்ச்சி செய்யும்போது, இப்போதைக்கு மின் விசை சேர்விகளும் உள்ளது. இதை புதிய கோணத்தில் பரிசோதனை செய்து, அலைபேசிக்கு, top up' செய்வது போல மின் விசை சேர்வியும் செய்தால் அலை பேசியின் பயன் அதிகரிக்கும். இதுபோல பயன்பட்டு ஆராய்ச்சியானது, சமூகம் சார்ந்த பிரச்சனைகளுக்கு தீர்வாக மட்டுமே அமையாமல், புதிய கோட்பாடு உருவாக ஏதுவாக உள்ளது.

கருத்தாக்க தெளிவிற்கும் பயன்பாட்டு ஆராய்ச்சி உதவுகிறது. புதிய கருத்து மற்றும் உண்மைகள் கண்டறியும்போது புதிய கருத்தாக்கங்கலும் உருவாகின்றன. இவ்வகை கருத்தாக்கங்களை தெளிவாக ஆராய்ச்சியாளர்கள் அளிக்கும் பட்சத்தில், புதிய ஆராய்ச்சிகளும், மறு ஆராய்ச்சிகளும் உருவாகுவதற்கு இடம் உள்ளது." படி நிலை அமைப்பு,பரப்பு கட்டுப்பாடு தத்துவஞானி அரசன், பருப்பொருள் மாற்றம் போன்ற கருத்துக்கள் மறு ஆராய்ச்சி மேற்கொள்ளும்போது புதிய விளக்கங்கள் பெற்று உதவுகின்றன.

பயன்பாட்டு ஆராய்ச்சியானது, ஏற்கனவே உள்ள கோட்பாடுகளையும் பயன்படுத்தி பல துறைகளின் புதிய வளர்சிகளையும் உபயோகிப்பதால், எப்போதும் வளர்ச்சி பெறுகிறது. புதிய கிளை மாநகரம் உருவாகிறது என்றால்,அங்கே பஞ்சாயத்து நிர்வாகம், சமூக அமைப்பு, பொருளாதார நிலை, மக்கள் தொகை, பொது நிர்வாகம், பூகோளம், அரசியல் ஸ்திரத்தன்மை போன்ற பல துறைகள் பயன்பாட்டுக்கு உதவுகின்றன.

ஆய்வு ஆராய்ச்சி:

தெரியாத பிரச்சனைகளை, தெரிந்து கொள்ள முதல் நிலையில் நடத்தப்படும் பரிசோதனை ஆய்வு ஆராய்ச்சி எனப்படும்.காலம் காலமாக ஒரு கோவில் திடீரென்று இடிந்து விழுகிறது என்றால், ஆய்வு மேற்கொள்ளப்படும்.எவ்வாறு இடிந்தது?கட்டுமானத்தில் பிரட்சனையா?யாராவது இடித்துவிட்டார்களா? போன்ற பல கேள்விகள் எழுப்பி ஆய்வு மேற்கொள்ளப்பட்டு தீர்வு காணப்படும். இவ்வகையான ஆய்வை "pilot study" என்றும் கூறுவார்கள்.

கிடைக்கக்கூடிய தகவல்களை வைத்துக்கொண்டு இலக்குகளை நிர்ணயித்து கருதுகோள்கள் உருவாக்கப்பட்டு, ஆய்வு மேற்கொள்ளப்படுகிறது.விளக்க ஆராய்ச்சி, பரிசோதனை ஆராய்ச்சி போன்ற பல முறைகளில் முதலாவதாக இருக்கக்கூடியது "ஆய்வு ஆராய்ச்சியாகும்.

இலக்குகள்:

ஆய்வு ஆராய்ச்சியானது பல வகைகளில் சமூக வாழ்வுக்கு துணை புரிகிறது.

- புதிய கருத்துகளை உருவாக்குகிறது.

- தெரியாத ஆராய்ச்சி கேள்வியை ஆராய்ச்சியாளர்களுக்கு அறிமுகப்படுத்துகிறது.

- ஆராய்ச்சி பிரச்சனையை சுருக்குகிறது.

- கருத்து தெளிவிற்கு தகவல் திரட்டப்படுகிறது.

- மேலும் ஒரு ஆராய்ச்சிக்குண்டான தகவல் திரட்ட முடியுமா, முடியாதா? என்ற கேள்விக்கும் இவ்வகை ஆராய்ச்சி பதிலளிக்கிறது.

இது அல்லாமல், ஆய்வு ஆராய்ச்சியானது, குறிப்பிட்ட ஆராய்ச்சிக்காக முக்கியமான மாறிகளை கண்டறிகிறது. மாறிகளுக்கிடையேயான உறவுமுறைகளையும் கண்டறிகிறது.

பெருவாரியான சமூக ஆராய்ச்சிக்குரிய "தளங்கள்" மற்றும் கேள்விகளுக்கு விடைகள் அறியப்படாமலே உள்ளது. இந்த ஆராய்ச்சியின் மூலம் இது போன்ற தெரியாத பிரச்சனைகளுடைய "தொடக்கநிலை புரிதலுக்காக" பெரிதும் பயன்படுகிறது.

விளக்க ஆராய்ச்சி:

உண்மையை கண்டறியவும், தெளிவுரையை பெறவும் விளக்க ஆராய்ச்சி உதவுகிறது.குறிப்பிட்ட ஆராய்ச்சி பிரச்சனைகளையோ, தலைப்பையோ ஒட்டி "குவித்தன்மை" அதிகம் கொண்டுள்ளது. ஆய்வு ஆராய்ச்சியானது தொடக்க நிலையை சார்ந்தது என்பதை நாம் முன்னே பார்த்தோம்.

தகவல்களை விளக்கவும், தகவல்களை பெற்று பல எதிர்கால ஆராய்ச்சிகளுக்கு பயன்படுமாறும் விளங்குகிறது. இம்மாதிரியான ஆராய்ச்சியில் தகவல்கள் பார்வையிடல் நேர்காணல் மற்றும் அஞ்சல் கேள்வித்தாள் மூலமும் பெறப்பட்டு ஆராய்ச்சிக்கு பயன்படுத்தப்படுகிறது.

எல்லாவித தலைப்புகளையும் விளக்க ஆராய்ச்சியின் மூலம் ஆராய இயலாது.இவ்வகைக்கென்று சில தலைப்புகளும், வரை முறைகளும் உள்ளன.

சர்ச்சைக்குரிய (அ) வாதத்திற்குரிய ஆராய்ச்சித் தலைப்புகளை இம்முறையின் மூலம் ஆராய்வு செய்ய இயலாது. தீவிரவாதம், இறைவன், நம்பிக்கை, மதம் தொடர்பான புத்தகங்கள் யாவும் இவ்வகையில் அடங்காது.

திரட்டப்படக்கூடிய தகவல் அனைத்தும் சரிபார்க்கும் தன்மையுடனும், புற உண்மைத்துவத்துவத்தையும் நம்பத்தகுந்ததாகவும் இருக்க வேண்டும்.

மேலும் தரநிலைமையும், ஒப்பீட்டுத்தன்மையும் கொண்டிருத்தல் அவசியம்.ஒரு குறிப்பிட்ட குழுமம், அமைப்பு (அ) பிரச்சனையின் இயல்புகளை கண்டறிய இம்முறை வெகுவாக பயன்படுகிறது. அறிதியுரைகளையோ(அ) கருதுகோள்கலையோ இவ்வாராய்ச்சி

பரிசோதனை செய்வது கிடையாது. ஆனால் இரு மாதிரிகளுக்கிடையேயான உறவு முறைகளை பரிசோதனை செய்வது உண்டு.

விளக்க ஆராய்ச்சியின் பயன்கள்:

புதிதாக உருவாகிருக்கும் துறைகளுக்கு விளக்க ஆராய்ச்சி மிகவும் பயனுள்ளதாகஉள்ளது.ஏனெனில்,கோட்பாடுகளைஉருவாக்குவதற்கு புதிய கோணங்களில் பார்வைகளும், முயற்சிகளும் தொடர்ந்து கொண்டிருக்கும்.அறிவியல் முறையில் ஆய்வு செய்வதால் பல கோட்பாடுகள் தோன்றுவதற்கு வாய்ப்புள்ளது.சரிப்பார்ப்பதற்கும் விளக்க ஆராய்ச்சி சரியானதாக உள்ளது.

சில சமயங்களில் விளக்க ஆராய்ச்சியின் மூலம் "கணிப்புகள்" கூறப்படுகிறது. வறுமையை ஒழிக்க பல வேலை வாய்ப்புகளை உருவாக்கவேண்டும்.தனியார் துறைகளில் வேலை வாய்ப்புகள் குவிந்திருக்கின்றன. ஆகவே அரசாங்கத்துறைகள் தனியார் மயமாக்கப்பட வேண்டும். மேற்க்கூறிய கருத்திலிருந்து "அரசானது தேவையற்றதாக" உள்ளது என்ற கணிப்பு உருவாகிறது.

சமூக நடவடிக்கை சார்ந்த கொள்கைத் திட்டங்களில் உண்மை நிலவரம் கண்டறிய விளக்க ஆராய்ச்சி உறுதுணையாகிறது.

கண்டறியும் ஆராய்ச்சி:

இவ்வகை ஆராய்ச்சியானது விளக்க ஆராய்ச்சி போல செயல்பட கூடியதாகும்.கண்டறியும் ஆராய்ச்சியானது, ஆராய்ச்சி பிரச்சனை என்ன நிகழ்கிறது, ஏன் நிகழ்கிறது, அதற்குண்டான தீர்வுகள் யாவை என்பதை ஆராய்கிறது. ஆராய்ச்சி பிரச்சனைக்கான காரணங்களையும், தீர்வுகளையும் பெறச் செய்வது கண்டறியும் ஆராய்ச்சியாகும்.

மாறிகளை கண்டறிவதற்கும், மாறிகளுக்கிடையேயான இணைவுகளை பரிசோதனை செய்வதற்கும் இம்முறை

பயன்படுகிறது. கிராமத்தில் இருக்கக்கூடியவர்கள் ஒரு குறிப்பிட்ட கட்சிக்கு ஏன் வாக்களிக்கிறார்கள்?கிராம வாக்குரிமை இயல்பு, நகர்புற வாக்கியல்பு ஏன் வேறுபடுகிறது? போன்ற கேள்விகள் இவ்வாராய்ச்சியின் மூலமாக பரிசோதனை செய்யப்படுகின்றன.

ஆராய்ச்சி பிரச்சனையை கண்டறிந்தும், கருத்து விளக்கமும் தகவல் திரட்டும் சரியான முறைகளும், மாறிகளை அளக்கக்கூடிய வழிமுறைகளும், புள்ளியல் பகுப்பாய்வு வழிகளும், பயன்படுத்துவதற்கு ஏதுவாக அமைய வேண்டும்.

நடவடிக்கை சார்ந்த ஆராய்ச்சியாக இருப்பதால் ஏனைய மற்ற ஆராய்ச்சியிலிருந்து வேறுபடுகிறது.ஒரு பள்ளியில் குழந்தைகளின் வரவு, திடீரென்று தேக்கமுறும் போது அங்கே இவ்வகை ஆராய்ச்சி துணை புரிகிறது. காரணங்கள் அறியப்படுகின்றன.தகவல் பெறப்படுகின்றன. தீர்வுகள் அமைக்கப்பெறுகின்றன.பின்னே, குழந்தைகள் வரவு, பள்ளியில் திரும்ப பெறப்பட்டு வழக்கம் போல இயங்குகிறது.

விளக்க ஆராய்ச்சி, "ஏன்" என்ற கேள்வியை மட்டுமே அடிப்படையாக கொண்டு செயல்படுத்தப்படுகிறது.ஆனால், கண்டறியும் ஆராய்ச்சி,தீர்வு சார்ந்த ஆராய்ச்சியாகவும் செயல்படும் தனித்தன்மை பெறுகிறது.

கண்டறியும் ஆராய்ச்சியின் "மையம்" கருதுகோள்கள் ஆகும். பள்ளிக்கு பிள்ளைகள் வரவில்லையெனில், பெற்றோர்கள் காரணமா? வேலைக்கு செல்கிறார்களா? சத்துணவு தரப்படவில்லையா? ஆசிரியர்கள் சரியில்லையா? (அ) வேறு சமூகம் சார்ந்த பிரச்சனையா? போன்ற கேள்விகளை கொண்டு "கருதுகோள்கள்" உருவாக்கப்பட்டு காரணங்கள் கண்டறிந்து தீர்வுகள் பெறப்படுகின்றன.

ஒரு குறிப்பிட்ட துறையில் ஆராய்வு வளர்ச்சியானது குறைவாக இருக்கும் பட்சத்தில், இவ்வகை ஆராய்ச்சி தோற்றுவிடும். இத்தருணத்தில் விளக்க ஆராய்ச்சியை நாம்பயன்படுத்தலாம். எந்த ஒரு துறையிலோ (அ) இடத்திலோ முழுமையான தகவல், மற்றும்

ஆராய்ச்சி சார்ந்த அறிவு கிடைக்கிறதோ அங்கே நாம் கண்டறியும் ஆராய்ச்சியை தொடரலாம்.

மதிப்பீட்டு முறை:

பயன்பாட்டு ஆராய்ச்சியில் ஒரு முறைமையாக கருதப்படுகிறது இவ்வாராய்ச்சி.ஒரு குறிப்பிட மாவட்டத்திலோ, கிராமத்திலோ அரசாங்க கொள்கை திட்டம் எவ்வாறு நடைமுறைபடுத்தப்பட்டது. அதன் விளைபயன்கள் யாவை என்பதை கண்டறிய மதிப்பீட்டு ஆராய்ச்சி முறை சரியானதாக உள்ளது.போலியோ தடுப்பூசி (அ) கொவிட் 19 அனைவருக்கும் செலுத்தப்பட்டதா என்பது போன்ற அரசாங்க மக்கள் நலன் சார்ந்த பிரச்சனைகளுக்கு மதிப்பீட்டு ஆராய்ச்சி நேர்மறையாக உதவுகிறது.

சுக்மான், 'ஒரு குறிப்பிட்ட இலக்கை அடைவதற்குண்டான அரசாங்க திட்டம் அமல்படுத்தப்பட்டதா என்பதை இவ்வகை ஆராய்ச்சி செய்கிறது'.

மதிப்பீட்டு ஆராய்ச்சியானது ஒரு கொள்கை திட்டத்தின் நிறை முறைகளையும் அலசி ஆராயக்கூடியதாக உள்ளது. மேற்கொண்டு ஒரு கொள்கை திட்டம் நடைமுறைப்படுத்த வேண்டுமா, வேண்டாமா என்பதையும் நிர்ணயிக்கக்கூடியதாய் உள்ளது.

ஒரு குறிப்பிட்ட திட்டத்தில் மாற்றம் ஏற்படுத்த தேவையான கூறுகளையும் பற்றி விவரிக்கிறது இவ்வாராய்ச்சி. மாற்றத்தினை உண்டாக்கும் முறைகள், வழிகள் மற்றும் இலக்குகள் ஆகியவை இவை யாவும் இதன் உள்ளக்கமாகும.

மதிப்பீட்டு ஆராய்ச்சியின் வகைகள்:

1. ஒத்தநேர மதிப்பீடு:

    இவ்வகையான ஆராய்ச்சியானது செயல்முறை திட்டம் நடைமுறைப்படுத்தும் போதே பரிசோதிக்கப்படுவது ஆகும். ஒரு திட்டமானது மக்களிடத்திலே நிர்வாகப்படுத்துகிறபோது,

அதன் தரத்தை அதே நேரத்தில் மதிப்பீடு செய்யப்படுகிறது. இதன் விளைவாக மேற்கொண்டு கூடுதல் முன்னேற்றங்களை ஏற்படுத்த ஏதுவாக உள்ளது.

2. கால இடைவெளி மதிப்பீடு:

இவ்வகையான மதிப்பீடு ஆராய்ச்சியானது ஒரு குறிப்பிட்ட காலத்திற்கு இடையே நடத்தப்படும் மதிப்பீடு ஆகும். 5 ஆண்டு திட்டத்தில் இரு ஆண்டுகள் முடிந்த நிலையில் கொள்கை செயல்முறை திட்டத்தின் மூலமாக மக்கள் பயனடைந்தர்களா?இல்லையா என்பதை கணக்கிட முடியும்.

3. முனைய மதிப்பீடு:

ஒரு செயல்முறை திட்டமானது, முடிவடைந்ததும், அதன் பிரதிப்பலன்களையும், முறைபாடுகளையும் ஆராய்வது இம்முறை ஆராய்ச்சியாகும். இந்த ஆராய்ச்சியின் மூலமாக, ஒரு திட்டமானது, எதிர்காலத்தில் நடைமுறைப்படுத்த வேண்டிய நிர்ப்பந்தம் நிர்ணயிக்கப்படுகிறது. மேலும், செயல்முறை திட்டத்திற்கு உண்டான பயன், செலவுகளையும் முடிவு செய்கிறது.அரசாங்க கொள்கைத் திட்டங்களின் செயல்பாடுகள், முனைய மதிப்பீடு முறையில், மக்களிடம் இருந்து தகவல் பெறப்பட்டு மதிப்பீடு செய்யப்படுகிறது.

மதிப்பீடு ஆராய்ச்சியின் அளவுகோள்கள்:

பல ஆராய்ச்சி முறைகளிலிருந்து எவ்வாறு மதிப்பீடு ஆராய்ச்சி வேறுபடுகிறது என்பதை அளவுகோள்கள் மூலம் நிர்ணயிக்கப்படுகிறது.

மற்ற ஆராய்ச்சிகள் "அறிவு வளர்சிக்காக" பயன்படுகிற போது. மதிப்பீட்டு ஆராய்ச்சியானது, முடிவெடுக்கும் தன்மைக்கு உபயோகப்படுத்தப்படுகிறது.சுருங்கக் கூறின், மதிப்பீட்டு ஆராய்ச்சியின் மூலம் வரும் ஆராய்ச்சி முடிவுகள், கொள்கை திட்ட செயல்பாடுகளை தொடர்வதா வேண்டாமா என்ற கேள்விகளுக்கு விடையளிக்கும் விதத்தில் உள்ளது.

இதர ஆராய்ச்சி முறைகளில், ஆராய்ச்சியாளர்கள் தங்களின் ஆராய்ச்சி தலைப்பை ஒட்டி இருக்கக்கூடிய கேள்விகளை தாங்களே உருவாக்குவார்கள். ஆனால் மதிப்பீட்டு ஆராய்ச்சியில் கேள்விகளானது, செயல் முறை திட்டத்தை சார்ந்து உள்ளது. ஒரு குறிப்பிட்ட திட்டமானது செயல்படுத்தப்படும்போது உள்ள நெறிமுறைகள் மக்களின் மூலமாக அறியப்படுகிறது.

மதிப்பீட்டு ஆராய்ச்சியாளர்கள், செயல் திட்டத்தின் இலக்குகள் அடையப்பட்டதா என்பதை மட்டுமே மதிப்பீடு செய்வார்கள். மற்ற ஆராய்ச்சிகளில் இது போன்று இலக்குகள் முடிவு செய்யப்படுவதில்லை.

அடிப்படை ஆராய்ச்சியாளர்களுக்கு, ஆராய்ச்சி சார்ந்த கட்டுப்பாடானது கிடைக்கப் பெறும். இது எந்த சூழ்நிலையிலும் நடைமுறையில் உள்ளது. ஆனால் மதிப்பீட்டு ஆராய்ச்சியாளர்கள் செயல்முறை திட்டத்தினை மட்டுமே ஆராய்ச்சி செய்வார்கள். இதன் விளைவாக, முழு கட்டுப்பாடும் மதிப்பீட்டு ஆராய்ச்சியாளர்கள் கைகளில் கிடைக்கப்பெறாது.

இவ்வகையான ஆராய்ச்சியில், கருத்து வேறுபாடுகள் அதிகம் இருப்பதற்கு வாய்ப்புள்ளது. மதிப்பீட்டு ஆராய்ச்சியாளர்கள் உண்மையான நிலவரத்தை கண்டறிய முனைவார்கள். ஆனால் அச்செயல்முறைத் திட்டத்தின் பணியாளர்கள் அதை விரும்புவதில்லை .

மேலும் மதிப்பீட்டு ஆராய்ச்சியானது, மற்ற ஆராய்ச்சி முறைகளோடு ஒப்பீட்டு நோக்கும்போது, யுக்திகள், வழிமுறைகள், கொள்கைகள்அகிய அம்சங்களில் ஒரே மாதிரியாகவே உள்ளது.

பரிசோதனை ஆராய்ச்சி:

சமூக வாழ்வில் மனிதர்களுடைய உத்வேகம், வேகம், திறமை, உற்பத்தி, வளர்ச்சி, போன்ற மாறிகளை பரிசோதித்தறிய இம்முறை பயன்படுகிறது. மனிதர்களுடைய நடத்தை மற்றும் கருத்து அவர்களுடைய குடும்பநிலை,

வருவாய், கல்வி, வேலை, திருமணம், பதவி, குலம், மதம், போன்றவைகளால்நேர்மறையாகவோ(அ)எதிர்மறையாகவோ பாதிக்கிறது. எனவே, இம்மாறிகளுக்கிடையேயான உறவுகளை கண்டறிந்தால், பல்வேறு கண்டுபிடிப்புகளுக்கும், கோட்பாடுகளுக்கும், வளர்ச்சிக்கும், அடித்தளமாக இருக்கும்.பரிசோதனை ஆராய்ச்சி இதை செய்கிறது. உதாரணத்திற்கு, கேரளத்தில் கல்வியறிவு ஏன்அதிகம் உள்ளது? இந்திய வடகிழக்கு பகுதி மக்கள் ஏன் போராடும் குணம் படைத்தவர்களாக உள்ளார்கள்? பஞ்சாப், பொருளாதார வளர்ச்சியில் ஏன் முன்னிலையில் உள்ளது? டெல்லி மக்கள் ஏன் குறிப்பிட்டகட்சிக்கு வாக்களிக்கிறார்கள்? குறிப்பிட்ட கார்பரேட் கம்பெனிகள் எவ்வாறு தங்கள் உற்பத்தியை பெருக்கிக்கொண்டு சாதிக்கின்றன? போன்ற பல ஆராய்ச்சி கேள்விகளுக்கு விடை காணப்படுகிறது?

பொருள்:

ஒரு நிகழ்வை எடுத்துக்கொண்டு, மாறிகளுக்கிடையேயான உறவுகளை பரிசோதனை செய்து பார்க்கும் முறைக்கு பரிசோதனை ஆராய்ச்சி என்று பொருள். மாறிகளுக்கு இடையேயான உறவுமுறைகள் எப்படி பாதிக்கபடுகிறது என்றும் சில பரிசோதனைக்கு உட்படும்பொது அங்கே எவ்வாறு மாறிகள் மாறுகின்றன என்றும் கண்டறியப்படுகிறது.

உதாரணத்திற்கு, ஊராட்சி பஞ்சாயத்து கிராமங்களில், இரு குழுமங்களை தேர்ந்தெடுக்கிறோம். ஒரு குழுமத்திற்கு அரசியல் கல்வி அளிக்கிறோம். அதேபோல மக்கள் இருக்கும் குழுமத்திர்கு அரசியல் கல்வி அளிக்கப்படாமல் வைத்திருப்பதாக கற்பனை செய்து கொள்ளுங்கள். இரு குழுமங்களின் அரசியல் அறிவை, பயிற்சிக்கு பிறகு பரிசோதனையில், விழிப்புணர்ச்சி கண்டறியப்படுகிறது. அப்போது, கண்டிப்பாக அரசியல் கல்வி பெற்றவர்கள் அதிகம் விழிப்புணர்ச்சி பெற்று விளங்குவார்கள். இதையே பரிசோதனை ஆராய்ச்சி என கூறுவார்கள். இவ்வகை ஆராய்ச்சியில், மாறிகள் இரண்டு வகையாக பிரிக்கப்படுகிறது.சார்பு மாறிகள் மற்றும்

சுதந்திர மாறிகள். மற்ற காரணிகளால் பாதிக்கப்படுபவை சார்பு-மாறிகள் என்றும், பாதிக்கின்ற காரணிகள் சுதந்திர மாறிகள் என்றும் அழைக்கப்படுகிறது.

வயது என்பது சுதந்திர மாறியாகவும், அரசியல், கல்வி என்பது சார்பு மாறியாக கருதப்படுகிறது. வயதிற்கேற்ப, அரசியல் கல்வியானது, குறைவாகவோ, அதிகமாகவோ மாறும் இயல்புடையது. அதே போல பாலினம். பாலினம் என்பது சுதந்திர மாறியாகும். வேலை வாய்ப்பு சார்பு மாறியாகும். ஆணினம் அதிகம் வேலை வாய்ப்பை பயன்படுத்திக்கொள்கிறது.

ஒருவருடைய "படிப்பு" சுதந்திர மாறியாகும். சமூக அந்தஸ்தானது சார்பு மாறியாக கருதப்படுகிறது. கல்வியானது சமூக அந்தஸ்தை கூடுதலாகவோ, குறைவாகவோ பாதிக்கின்றது.

சுதந்திர மாறிகளுக்கும், சார்பு மாறிகளுக்கும் இடையேயான உறவுமுறை கருதுகோள்களை கொண்டு பரிசோதனை செய்யப்படுகிறது.

நிபந்தனைகள்:

பரிசோதனை ஆராய்ச்சிக்கென்று பல சூழ்நிலை நிபந்தனைகள் காணப்படுகின்றன. அவை:

பரிசோதனை ஆராய்ச்சி செய்வதற்கு இரு ஒரே மாதிரியான குழுமங்கள் தேவைப்படுகிறது. தாவரங்களிலோ (அ) வேதியியல் சேர்மங்களோ நாம் ஒரே மாதிரியானவைகளை எடுத்துக்கொண்டு ஆராய்ச்சி செய்ய முடிகிறது. சமூக அறிவியலில் ஒரே மாதிரியான இரு மக்கள் குழுமங்கள் தேர்வு செய்வது சிரமமாய் உள்ளது.

மனிதனுக்குமனிதனே, எண்ணங்கள், உணர்வுகள், பொருளாதாரம், நடத்தை போன்றவைகளில் வேறுபடுகின்றனர். இதனாலேயே அறிவியல் ஆராய்ச்சியானது சமூக அறிவியல்களில், "கணிப்புகளை" சரியான முறையில் அளிக்க முடிவதில்லை.

பரிசோதனைக்கு இரு குழுமங்கள் தயார் நிலையிலே இருக்க வேண்டும். இயற்பு அறிவியல்களில் இது சாத்தியம். ஆனால் சமூக அறிவியல்களில் இரு வேறு மனித குழுமங்கள் பரிசோதனைக்கு வருவதோ (அ) சம்மதம் தெரிவிப்பதோ இயலாததாக உள்ளது.

சுதந்திர மாறிகள், சார்பு மாறிகளை பாதிப்பதை அடையளம் காணுவதே பரிசோதனை ஆராய்ச்சியின் நோக்கமாகும். மனித உணர்வுகளும், நடத்தைகளும் மாறிக்கொண்டே இருப்பதால், மாறிகளுக்கிடையேயான தொடர்புகளை அறிய முடியாததாய் உள்ளது.

பகுப்பாய்வு ஆராய்ச்சி:

அளவுகள் சார்ந்த ஆராய்ச்சியில் அமைந்துள்ள வழிமுறைகளும், யுக்திகளும் முறையே பகுப்பாய்வு ஆராய்ச்சியாக கருதப்படுகிறது. தகவல்களை பகுப்பாய்வு செய்யும், கணித மற்றும் புள்ளியல் மாதிரிகளையும் உடையது. இதனால் இம்முறையை "புள்ளியல் ஆராய்ச்சி என்றும் கூறுவார்கள்.

வெகு முக்கியமாக கருதுகோள்களை உருவாக்கவும், பரிசோதனைசெய்யவும், தெளிவுறவிளக்குவதும் இவ்வாராய்ச்சியில் தனித்தன்மையாகும்.

பெறக்கூடிய தகவல்களை ஆழமாக பகுப்பாய்வு செய்வதற்கு, பெருவாரியான மாறிகள் பயன்படுத்தப்பட்டு துல்லியமான ஆராய்ச்சி முடிவுகளை கண்டறியப் பயன்படுகிறது இவ்வாராய்ச்சி.

இவ்வகை ஆராய்ச்சி வணிகவியல் துறையிலும், தொழிற்சாலையிலும் அதிகம் பயன்படுத்தப்படுகிறது. அளவுகள் சார்ந்த ஆராய்ச்சியாக இருப்பதாலும், "எண்கள்" உடையதாலும் உபயோகமாய் உள்ளது. மாறிகளை அளக்கவும், இருவேறு குழுமங்களை ஒப்பிடவும், காரணிகளுக்கிடையேயான இணைப்பை படிக்கவும் உதவுகிறது இவ்வாராய்ச்சி.

இந்த ஆராய்ச்சிக்கு வேண்டிய தகவல்கள் முதல்நிலை மூலங்களின் மூலமாகவோ (அ) இரண்டாம் நிலையிலோ பெறப்பட்டு

பகுப்பாய்வு செய்யப்படுகிறது. ரிசர்வ் வங்கி, நபார்ட், புள்ளியல் அமைப்பு போன்ற அமைப்புகள் மூலமாக பெறப்படும் தகவல்களை வைத்து பகுப்பாய்வு ஆராய்ச்சி பெரும்பாலும் நடத்தப்படுகிறது.

வரலாறு ஆராய்ச்சி:

வரலாற்றில் நடந்த நிகழ்வுகளை அறியும் பொருட்டும், மாற்றங்கள் குறித்து அறியவும் நடத்தப்படும் ஆராய்ச்சி வரலாற்றாராய்ச்சி. இயல்பிலே விளக்க முறையை ஆராய்ச்சியாளர்கள் கையாளுகிறார்கள் நேரடி பார்வையிடல், இயலாததாக இருப்பதால், மறைமுகசாட்சியங்கள் மற்றும் அகழ்வாராய்ச்சி போன்றவை மூலம் தகவல்கள் பெறப்பட்டு "கணிப்புகள்" பெறப்படுகின்றன. அறிவியல் முறையிலேயே எதிர்காலத்தில் நடக்கவிருப்பதை நாம் கணிக்கின்றோம். ஆனால் வரலாற்று ஆராய்ச்சியில் "நடந்ததை இவ்வாறு நிகழ்ந்திருக்கலாம்" என்று கணிக்கின்றார்கள். சுருங்கக் கூறின், தற்போதைய கொள்கைகளை கடந்த காலத்தில் செலுத்தி, சமூக எழுத்தாளர்களை கண்டறிதலாக இவ்வாராய்ச்சி உள்ளது.

கடந்த காலத்தில் நிகழ்ந்தவைகளிலிருந்து, விளக்கங்களும், பொதுவிதிகளும் பெறுவது என்பது இவ்வகை ஆராய்ச்சியின் இலக்காகும். நடப்பு காலத்தை அறியவும், எதிர்காலத்தை கணிக்கவும் இம்மாதிரி பயன்படுகிறது.

மேலும் கடந்தகாலத்தோடு நிகழ்காலத்திற்குண்டான உறவுகளும், எதிர்காலத்திற்குண்டான கட்டுமான திட்டமும் இவ்வாராய்ச்சியினால் பெறப்படுகிறது.

நடப்பு கால பிரச்சனைகளுக்கு உரிய தீர்வுகள், கடந்த காலத்தில் உள்ளது. கடந்த காலமும், நடப்பு காலமும், எதிர்காலத்தை பாதிக்கின்றன. நாம் பார்க்கின்ற, அனுமதிக்கின்ற அத்துணை கலாச்சார, நாகரீக நிகழ்வுகளையும், கடந்த காலத்தில் நம் முன்னோர்கள் பார்த்துள்ளார்கள், கேட்டுள்ளார்கள், எதிர்பார்த்துள்ளார்கள். எனவே, வரலாற்று உண்மைகளும், சாட்சியங்களும், அதிக முக்கியத்துவம் வாய்ந்ததாக கருதப்படுகிறது. மாற்றங்கள் நாம் எதிர்பார்ப்பது

போல, நம் முன்னோர்களும் எதிர்பார்த்ததுண்டு. நாம் இன்று கண்டுகளிக்கும் அத்துணை விஷயங்களுமே, அவர்களால் முன்மே எதிர்பார்க்கப்பட்டது என்பது ஆராய்ச்சியாளர்களின் கணிப்பு ஆகும்.

மூலங்கள்:

- வரலாற்று ஆராய்ச்சிக்குண்டான தகவல்கள், ஒரு நிகழ்வில் பங்கு பெற்றவரின் பகிர்தலை வெகு முக்கியமாக கருதப்படுகிறது.

- சுதந்திர போராட்டம், கார்கில் போர், 1971 போர் போன்றவைகள் பற்றிய தகவல்கள், அவற்றில் ஈடுபட்ட போர்வீரர்கள் மூலமாகவோ (அ) நபர்கள் மூலமாகவோ தகவல் பெறப்படுகிறது.

- மேலும் பெரியவர்களின் வாய் வார்த்தைகளும் சாட்சியங்களாக பயன்படுகின்றன.

- ஆவணங்களும், தொகுப்புகளும் பெருவாரியாக பயன்படுகின்றன.

- நினைவுச்சின்னங்களும் சாட்சியங்களாக கருதப்படுகின்றன.

மேற்க்கூறிய ஒரு நிகழ்வு பற்றிய செய்திகள் மற்றும் சாட்சியங்கள் ஆங்காங்கே பரவி, சிதறி, ஒரு தொகுப்பில்லாமல் உள்ளது. மேலும் தனி நபர் கூறும் பகிர்வுகளை சற்று ஜாக்கிரதையாக அணுக வேண்டும். நடந்ததை திரித்து கூறக்கேட்கும்போது, அதை பதிவு செய்தால், வரலாற்றையே மாற்றிவிடும்.

பல்வேறு பரிசோதனைகளையும், சரிபார்த்தலையும், குறுக்கு விசாரணைகளும் மேற்கொண்ட பிறகே தகவல்களை ஆவணப்படுத்த வேண்டும். ஏனெனில் எதிர்கால சந்ததியர் பாதுகாப்புக்கு அது வழி வகுக்ககூடும். இன்று இரு மதங்களுக்கிடையேயான சர்ச்சைகளும், இன்னல்களும், மாற்று புரிதல்களும் வரலாற்றின் அடிப்படையிலேயே நடக்கிறது.

வரலாற்று ஆராய்ச்சியின் முறைமைகள்:

- வரலாற்று ஆய்வில், சாத்தியக்கூறு பகுப்பாய்வை நாம்முதலில் பரிசோதித்து பார்க்க வேண்டும். மேலும், அதற்க்குண்டான

செலவுகள், நேரம், சாட்சியங்கள், நம்பகத்தன்மை போன்றவைகளை முதலில் ஆராய்ந்தே இவ்வைவில் ஈடுபட வேண்டும், உதாரணத்திற்கு "புத்தமதத்தின் வரவு ஹிந்து மதத்தின் பரவலை தடுத்தது" என்ற ஆராய்ச்சியை செய்ய முனைவோர், புத்தமதத்தின் சாட்சியங்கள் மற்றும் ஓலைச்சுவடிகள், புத்தகங்கள் போன்றவை மட்டுமல்லாது ஹிந்து மதத்தின் விவரங்களையும் திரட்டுதல் அவசியம். மேலும், இவ்வாராய்ச்சியின் மூலம் நாம் என்ன அடைய விரும்புகிறோம் என்பதிலும் தெளிவு அவசியம்.

- தேர்வு செய்யப்பட்ட ஆராய்ச்சி பிரச்சனைக்கு ஆய்வு திட்டத்தை தயார் செய்வது அடுத்தக் கட்டம்.

- தகவல் மூலங்களை அடையாளம் காணல் வேண்டும்.

- திரட்டப்பட்ட தகவல்களின் உண்மைத்தன்மையையும், நம்பகத்தன்மையையும் பரிசோதனை செய்தல் வேண்டும்.

- தகவல் சேர்ப்பின் மூலம்கொணர்ந்த உண்மைகளை தர்க்க ரீதியாக முறைமைப்படுத்தி கடந்த கால நிகழ்வின் தொகுப்பை தயார் செய்தல் வேண்டும்.

- கடைசியாக மேற்கூரிய அடிப்படையில் உண்டாக்கப்பட்ட ஆராய்ச்சி முடிவுகளின் மூலம் பொது விதிகளையும், விளக்கங்களையும் எழுத்து வடிவத்தில் பெற வேண்டும்.

வரலாற்று ஆராய்ச்சியின் பிரச்சனைகள்:

வரலாற்று ஆராய்ச்சியானது, கடந்த கால நிகழ்வை பற்றியதாகையால், தகவல்களானவை நம்பகத்தன்மையை பெற்றுள்ளதா? என்பது கேள்விக்குறி.

தகவல் தொகுப்பின் நம்பகத்தன்மையையும், உண்மைத்தன்மையையும் பரிசோதனை செய்வது வெகு சிரமமான காரியம்.

பாரபட்சமும், தனிப்பட்ட ஒருதலை பட்சமான விளக்கங்களும் தடுக்க இயலாதெதாய் உள்ளது.

பெருவாரியான ஆராய்ச்சி முடிவுகள் துல்லியமாக இருப்பதில்லை. ஏனெனில், ஆராய்ச்சியாளர்களுக்கு தேவையான சான்றுகள், சாட்சியங்கள் மற்றும் ஆவணங்கள் வெவ்வேறு இடங்களில் பொதிந்துள்ளன. மேலும் ஒவ்வொரு சாட்சியங்களும், வேறுபட்ட தகவல் காணப்படுவதால், நம்பகத்தன்மை கேள்விக்குறியாகிறது.

மேலும் வரலாற்று ஆராய்ச்சியில் கால அட்டவணை அமைப்பதிலும் சிரமங்கள் காணப்படுகின்றன. வெவ்வேறு காலங்கள், சாட்சியங்களில் உள்ளத்தால் இச்சிரமம் நீடிக்கிறது.

வரலாற்று முறை ஆய்வில், துல்லியமான அளவுக்கும், சரிபார்த்தலும், மறுபரிசோதனைகள் செய்யவும் வாய்ப்பு குறைவு.

ஆனாலும் வரலாற்று முறை ஆராய்ச்சியானது, வெகு முக்கியமாக கருதப்படுகிறது. கிரேக்கம், ரோம், மனிதன் தோன்றிய ஆப்பரிக்கா, சுமேரிட்டன், பாபிலோனியா, கிரேட்டன், இந்திய நாகரிகம், அரேபியா போன்ற அனைத்து விதமான நாகரிக ஒட்டுமொத்த உலக வளர்ச்சியும் நாம் இன்று சமூகவலைதங்களிலும், ஆவண காப்பகத்திலும் பெற முடிகிறதென்றால், அதற்கு வரலாற்று முறை ஆராய்ச்சியே காரணமாக விளங்குகிறது. மனிதர்கள் தோன்றியதிலிருந்து இன்று வரை வரலாற்று முறை ஆராய்ச்சியானது அனைவருக்கும் தெரிந்த ஒன்றே. மேலும் பல துல்லியமான வழிமுறைகளும், பரிசோதனை முறைகளும், கண்டறிந்தால் உலகத்தின் கடந்த காலத்தை கண்டறிவதற்கும், எதிர்காலத்தை நிர்ணயிப்பதற்கும் நிகழ்காலத்தை சாதகமாக மாற்றுவதற்கும் வாய்ப்பு காணப்படுகிறது.

கணக்கெடுப்பு – சர்வே முறை:

கணக்கெடுப்பு முறை என்பது உண்மையை கண்டறியும் ஆராய்ச்சியாகும். நேரடியாக மக்களிடம் இருந்து பெறப்படும் தகவல் தொகுப்பு கணக்கெடுப்பு ஆராய்ச்சிக்கு' பயன்படுகிறது. இவ்வாறான கணக்கெடுப்பு ஆராய்ச்சியானது, அறம் சார்ந்த திட்டம், கவனமான பகுப்பாய்வு மற்றும் தகுந்த விளக்கங்களை உடையது.

இவ்வகை ஆராய்ச்சிக்கு தேவையான தகவல்களை கேள்வித்தாள், நேர்காணல் மற்றும் அஞ்சல் கேள்வித்தாள் மூலம் பெறப்பட்டு ஆய்வுக்கு பயன்படுத்தப்படுகிறது. கொவிட்-19 காலங்களில், ஆராய்ச்சியாளர்கள் கணக்கெடுப்பு ஆராய்ச்சிக்கான தகவல்களை பெரும்பாலும் மின்னஞ்சல் மூலமாகவே பெருகின்றனர். இதற்கு பதிலளிப்பவர்களின் ஒத்துழைப்பும் இன்றியமையாததாக உள்ளது. தகவல் பகுப்பாய்வானது, எளிதான (அ) முழுமையான புள்ளியல் யுகத்தினை கொண்டு நடத்தப்பட்டு ஆராய்ச்சி இலக்குகள் அடையப்படுகிறது.

இயல்புகள்:

இயற்கையான அமைப்பில் (அ) சூழ்நிலையில் நடத்தப்படுவது இவ்வாராய்ச்சி முறையாகும். பரிசோதனைக்கென்று வேறு பல முறைகளில் செயற்கையாக நடத்தப்படுவதை நாம் முன்பகுதியில் பார்த்தோம்.

பதிலளிப்பவர்களிடமிருந்து நேரடியாக நாம் பதில்களை பெறலாம்.

பெரும் மக்கள் தொகையையும் நாம் கணக்கெடுப்பு முறையில் ஆராய்ச்சிக்கு பயன்படுத்தலாம். அதற்கேற்றார்போல, பல புள்ளியல் யுக்திகளும் நடப்பு காலக் கட்டத்தில் வளர்சியடைந்துள்ளது.

தீவிர ஆய்வு மற்றும் விரிவான ஆய்வு ஆகிய இரண்டு முறைகளுக்கு, வேறுபாடு உள்ளது. ஒரு குறிப்பிட்ட ஆராய்ச்சி பிரட்சனையை, உள்ளார்ந்து அலசி ஆராய முனையும்போது அங்கே தீவிர ஆராய்வு முறை பயன்படுகிறது.

கணக்கெடுப்பு என்பது பூகோள அமைப்புகளில் நடத்தப்படுவதாக உள்ளது .அது நகரமோ, மாவட்டமோ (அ) மாநிலமாகவோ இருக்கலாம்.

கணக்கெடுப்பு ஆராய்ச்சி செய்யும் வழிமுறைகள்:

கணக்கெடுப்பு ஆராய்ச்சியின் தொடக்கம் முதல் அறிக்கை தயார் செய்தல் வரை பின் வரும் வழிமுறைகள் பின்பற்றப்படுகின்றன.

ஆராய்ச்சிக்குண்டான தலைப்பையோ, பிரச்சனையையோ உருவாக்கம் செய்தல். உதாரணத்திற்கு, தர்மபுரி மாவட்டத்தில் மின் ஆட்சியல் மூலமாக எவ்வாறு மக்கள் பயனடைகிரர்கள் என்பது ஆகும். அதில் உள்ள நிறைகுறைகள், மக்களுக்குண்டான பிரச்சனைகள், கல்வியறிவு, கணினியறிவு போன்றவை இதில் அடக்கம்.

ஆராய்ச்சிக்குண்டான வடிவமைப்பை தயார் செய்தல், இவ்வடிவமைப்பில், ஆராய்ச்சியாளர் எவ்வளவு மக்களை நேர்காணல் செய்ய இருக்கிறார்? எத்தனை கிறார்கள், நகரங்கள் என்பவை பற்றிய விலாவாரியான திட்டம் உருவாக்கப்படும்.

கருத்துகள், மாறிகள், அளவுகோல்கள் போன்றவை முடிவு செய்து கல்வி, வறுமை, குடும்ப பொருளாதார நிலை, அமைப்பு, கணினிகளின் இருப்பு, தேவைகள் போன்றவை தொடர்பான திட்டத்தை தயார் செய்வது.

மாவட்டத்தில் "மாதிரி அளவை" நிர்ணயித்தல், மாவட்டம் முழுக்கம் கணக்கெடுப்பு மேற்கொள்ள போகிறோமா (அ) குறிப்பிட்ட நகரங்களையோ கிராம குழுமங்களையோ தேர்வு செய்கிறோமா என்பதை நிர்ணயித்தல்.

தகவல் திரட்டல் மற்றும் முன் பரிசோதனை செய்தல் .

களப்பணி மற்றும் தகவல் திரட்டல்

தகவல் பகுப்பாய்வு

அறிக்கை தயார் செய்தல்.

கணக்கெடுப்பின் தேவைகள்:

கணக்கெடுப்பின் மூலமாக நாம் அரசாங்கத்திற்கோ (அ) தனியார் நிறுவன அமைப்புகளுக்கோ, அவர்களுக்கு தேவையான தகவல்களை

பெற்று தர முடியும். உதரணத்திற்கு, மாநிலத்தில் மக்கள்தொகை கணக்கெடுப்பு, செலவுகணக்கெடுப்பு, வியாபார கணக்கெடுப்பு போன்றவை உண்மை நிலவரங்களை அமைப்புகளுக்கு வழங்குகிறது. இதன்மூலம் ஒரு குறிப்பிட்ட கொள்கை திட்டத்தையும், கொள்கை விவரங்களையும் மாற்றுவதற்கு ஏதுவாய் உள்ளது.

ஒரு குறிப்பிட்ட மாவட்டத்தில் எழுத படிக்க தெரிந்தவர்கள் எவ்வளவு நபர்கள் இருக்கிறார்கள்? ஆண்கள் எத்தனை பேர்? பெண்கள் எத்தனை பேர்? என்பதை கணக்கெடுப்பின் மூலம் உண்மை நிலவரங்களை திரட்டியமைப்பதின் மூலம், மேற்கொண்டு அம்மாவட்டத்தின் கல்வி வளர்ச்சிக்கு எவ்வகையான மாற்றங்களை கொண்டு வரலாம் என்பது கண்டறியப்படுகிறது.

இதுபோன்ற விசாரணைகள், கருதுகோள்களை பரிசோதனை செய்யவும் மாறிகளுக்கிடையேயான காரண உறவுகளை அறியவும், மாறிகளின் பதிப்பை அறியவும் பயன்படுகிறது. ஒரு குறிப்பிட்ட பணியில் ஈடுபட்டுள்ள பணியாளர்கள், பணி திருப்தியடைகிறார்களா? என்பதை கணக்கெடுப்பு நடத்தும் போது, எவ்வகையான மாறிகள் பணி திருப்தியை நிர்ணயிக்கிறது என்று கண்டறியலாம். மேலும் பணி திருப்திக்கான தடைகளை கண்டறிந்து, உண்மை நிலவரங்களை அளிப்பதால், மேற்கொண்டு சுமூகமான சூழ்நிலையை உருவாக்குவதற்கு இக்கணக்கெடுப்பு உதவுகிறது.

கணக்கெடுப்பானது, ஒப்பீட்டு ஆராய்ச்சிகளிலும் நடத்தப்படுகிறது. தமிழ்நாட்டில் இருக்கும் மாவட்டங்களில் எந்த மாவட்டம் பொருளாதார நிலையில் முன்னிலை வகிக்கிறது என்பதை கணக்கெடுப்பின் மூலம் கிடைக்கிறது. இதுபோல தனியார் கம்பெனிகளிலும் ஒரு குறிப்பிட பொருள் சந்தையில் எந்த அளவிற்கு மக்களிடம் போய் சேர்கிறது என்பதையும் அறியலாம்.

மேலும், "கணிப்புகளை" தரவல்லதுமாய் உள்ளது கணக்கெடுப்பு முறை. தொழிற்சாலை நிறுவனத்தின் மூலமாக ஒரு குறிப்பிட்ட இடத்தில் வறுமை ஒழிகின்றது என்றால், தொழிற்சாலை இல்லாத

இடங்களில் நிறுவ வேண்டும் என்பது கணக்கெடுப்பின் மூலம் உறுதிசெய்யப்படுகிறது. கணக்கெடுப்பு முறையில் இல்லாத, சாதாரண சிந்தனையிலேயே இவ்விஷயம் அனைவருக்கும் தெரிந்ததே. ஆனாலும் பதிலளிக்கும் மக்கள் மூலமாக தகவல் பெறும் போது இக்கருதுகோள் உறுதி செய்யப்படுகிறது.

கணக்கெடுப்பு ஆய்வின் மூலமாக, மக்கள்தொகை, சமூக சூழ்நிலை, மக்கள்கருத்து, மக்களின் நடத்தை மற்றும் நடவடிக்கைகள் கண்டறியப்படுவதால் மிகவும் முக்கியத்துவம் வாய்ந்ததாக கருதப்படுகிறது. "எண்களை" அடிப்படையாக வைத்து அளவுகோள்களை உபயோகப்படுத்தி கணக்கெடுப்பு செயற்படுத்தும்போது ஆராய்ச்சியின் முடிவுகள் நம்பகத்தன்மையாகவும், துல்லியமாகவும் அமைந்து மக்களுக்கு பயனளிக்கிறது.

நன்மைகள்:

முழு அறிவியலுக்கு சமமாக சமூகஅறிவியலை இட்டு சொல்லும் ஒரே முறை "கணக்கெடுப்பு முறையாகும்". தனி மனிதர்களின் கருத்து, தனித்தன்மை, இயல்பு, குண நலன்கள், சமூக பொருளாதார சூழ்நிலை மற்றும் நிலை, மனப்போக்கு, அனுபவங்கள், எதிர்பார்ப்புகள், கொள்கைகள், இலக்குகள், கோட்பாடுகள் என இவையனைத்தையும் கணக்கெடுப்பின் மூலமாக நாம் கண்டறிய முடியும்.

"மாதிரி ஆராய்ச்சிகள்" ஒரு குறிப்பிட்ட இடத்தில் செயற்படுத்துவதின் மூலம் பெருவாரியான மக்கள் குழுமத்தை பற்றிய பொதுவிதிகளை இயற்றலாம். "மதத்தாக்கம்" ஏன் ஒரு சில குறிப்பிட்ட இடங்களில் அதிகமாக உள்ளது என்பதை மக்களின் கருத்துகளை ஒட்டி கணக்கெடுப்பு செய்து ஆராய்கிறபொழுது, முக்கியமான அம்சங்களை நாம் ஆராய்ச்சி முடிவுகளாக பெற முடியும். இதனை வைத்து நாம் மேற்கொண்டு சிறந்த ஆட்சிக்குண்டான கொள்கை முடிவுகளை நடைமுறைப்படுத்தலாம்.

தகவல் திரட்டும் முறையும் மிகவும் பரந்த தன்மை உடையதாக இருக்கிறது. ஒரு குறிப்பிட்ட கணக்கெடுப்பை ஆராய்ச்சியாளர்கள் அஞ்சல் வழியாகவே முடித்துவிடலாம். இது ஆராய்ச்சிக்கு நன்மை பயக்கும் விதமாக அமைகிறது.

ஆராய்ச்சியாளர்கள் முற்றிலுமாக அறியாத (அ) நினைத்துப் பார்க்க முடியாத முடிவுகள், ஆராய்ச்சி முடிவுகளாக வரலாம். அறியாததை அறியவும், புரியாததை புரியவும் வைப்பதே ஆராய்ச்சியின் குணநலனாகும்.

மேலும் கணக்கெடுப்பானது, ஏற்கனவே உள்ள கோட்பாடுகளை சரி பார்க்கவும் பயன்படுகிறது. 50 வருடங்களுக்கு முன்பாக இயற்றப்பட்ட கோட்பாடுகளை நாம் கணக்கெடுப்பின் மூலமாக பரிசோதனை செய்து பார்க்கலாம்.

கணக்கெடுப்பு ஆய்வின் வரம்புகள்:

கணக்கெடுப்பு முறையானது துல்லியத்தன்மையும், நம்பகத்தன்மையும் கொண்டிருந்தாலும், பல தரப்பட்ட அமைப்புகளில் உண்மையறிய பயன்பட்டாலும், சில வரம்புகள் தடைகளாக விளங்குகின்றன.

கணக்கெடுப்பு ஆராய்ச்சியானது முதன்மையான தகவல்களை மட்டுமே அடிப்படையாக கொண்டிருப்பதால், பதிலளிப்பவர்களின் விருப்பத்தையும், ஒத்துழைப்பையும் நம்பி உள்ளது. பெருவாரியான "மாதிரி" இடங்களில் இவ்வொத்துழைப்பு கிடைக்க இயலாததாக உள்ளது.

மாதிரி கணக்கெடுப்பில் தவறுகள் இல்லாமல் முடிவுகளை நாம் கொணர இயலாது. இந்தியாவின் மக்கள் தொகை 1.4 மில்லியன் இருக்கும்பட்சத்தில், எல்லோரையும் நாம் கணக்கெடுப்பு செய்வது இயலாத காரியமாகும். மேலும் பெறப்படுகிற தகவல்கள், உண்மையான நிலையுடன் கூறப்பட்டதா என்பதும் கேள்விக்குறியாக உள்ளது.

பதிலளிப்பவர்கள், பொய்யை கூறுகிறாரா (அ) உண்மையை கூறுகிறாரா என்பதை கண்டறிவது கடினமான காரியமாகும். இதனால் "பதில்கள்" தவறாக இருப்பதற்கு வாய்ப்பு உள்ளன.

வரலாற்று ஆராய்ச்சிகளுக்கு கணக்கெடுப்பு முறை ஒவ்வாததாக உள்ளது.

வழக்காய்வு முறை:

ஒரு குறிப்பிட்ட நபரைப் பற்றியோ (அ) சமூக குழுமங்கள், வரலாற்று கட்டம், ஒரு சூழ்நிலை, திட்டம், அமைப்பு போன்றவை பற்றிய விலாவரியான ஆழ்ந்த ஆய்விற்கு வழக்காய்வு முறை என்று பெயர்.

ஆராய்ச்சி முறைகளில் பிரசித்திப் பெற்றதாக விளங்குகிறது இம்முறையாய்வு. இம்முறையை பயன்படுத்தி காந்தியைப்பற்றியோ (அ) இராஜ ராஜ சோழனின் காலம் (அ)ஒத்துழையாமை இயக்கம், சுத்தமான இந்தியா போன்றவைகளை பற்றி ஆராய்ச்சியை மேற்கொண்டு முடிவுகளை அறிந்து கொள்ளலாம். ஒரு குறிப்பிட்ட அமைப்பு (அ) மனிதன் (அ) காலக்கட்டத்தின் முழு காலத்தையும் இவ்வாய்விற்கு பயன்படுத்தலாம். பெரியாரின் சமூக நீதி கொள்கைகள் தெரிந்து கொள்ள வேண்டுமென்றால் ஒட்டுமொத்த பெரியாரின் காலத்தையும் அலசி ஆராயலாம். ஒபாமாவின் அயல் நாட்டு கொள்கை, மோடி அவர்களின் பொருளாதார மேம்பாட்டு திட்டங்கள் ஐ.நாவின் பங்கு, பாலஸ்தீன பிரச்சனை, ஆப்கானிஸ்தானில் தலிபான்களின் காலகட்ட நடவடிக்கைகள் போன்றவை இம்முறையின் கீழ் அடங்கும்.

பயன்கள்:

இவ்வாய்வின் மூலமாக ஒரு குறிப்பிட்டதிட்டம் (அ) கொள்கை, அமைப்பு, காலகட்டம், நபர் போன்றவைகளைப்பற்றி நுண்ணறிவு தெரிய வருகிறது. வழக்காய்வு முறையின் மூலமாக, ஆராய்ச்சியாளர்களுக்கு, ஒரு குறிப்பிட வழக்கைப் பற்றிய

முழு விவரங்களும் பெருமளவில் கிடைக்கப் பெறுகிறது. இவ்விடத்தில் "வழக்கு" என்பது தனிநபர், திட்டம், அமைப்பு, வாழ்வு போன்றவைகளை குறிக்கும். "அரசு" என்கிற வார்த்தைக்கு பல்வேறு அர்த்தங்கள் உள்ளது. அதேபோல இங்கு "வழக்காய்வு" என்பது வேறுபட்ட அர்த்தத்தில் புரிந்துகொள்ளப்படுகிறது. நீதிமன்றங்களில் நடத்தப்படக்கூடிய ஆய்வாக இம்முறையை தவறாக புரிந்து கொள்வதும் உண்டு. ஆனால் இம்முறையை பயன்படுத்தி ஒரு குறிப்பிட்ட தலைமை நீதிபதியின் கீழ் உயர்நீதிமன்றம் எவ்வாறு செயல்பட்டது என்பதையும் ஆராய்வு செய்யலாம்.

ஒரு குறிப்பிட்ட சூழ்நிலையில் சிக்கல் உண்டாக்கக்கூடிய காரணிகளை அறியும் பொருட்டும் இவ்வாய்வு முறை பயன்படுகிறது." சுத்தமான இந்தியா" திட்டத்தை பற்றிய ஆய்வு முறையில் கிராமப்புற மக்களின் ஒத்துழையாமை சிக்கல் ஏற்படுத்தும் காரணியாக கருதப்படுகிறது. ஆனால் கிராம மக்களின் "பழக்க வழக்கங்கள்" காரணங்களாக கருதப்படுகிறது. இதை களையும்பொருட்டு அவர்களுக்கு விழிப்புணர்ச்சி தொடர்பான நிகழ்வுகளை ஏற்படுத்தப்படுகிறது.

புள்ளியல் பயன்பாட்டு முறைமைக்கும், இவ்வகை ஆய்விற்கும் உள்ள வேறுபாடு என்னவென்றால், இவ்வகை ஆய்வில், ஒரு குறிப்பிட்ட பிரச்சனை தொடர்பான அனைத்தையும் தெரிந்து கொள்ள பயன்படுகிறது. இதுவே, புள்ளியல் ஆராய்ச்சி முறைகளில் பெரியளவு பிரச்சனைகள் தொடர்பான "குறைந்தளவு" "விளைபயன்களை ஆராய்வு செய்து அறியலாம்.

புள்ளியல் ஆய்வுகளில் "தனிநபருக்கு" இடமில்லை. ஆனால் வழக்காய்வு முறையில் "தனிநபர் (அ) தனிஅமைப்பு" போன்றவைகளே முன்னிலைப்படுத்தப்படுகிறது.

பெரும்பாலும் "தரம்" தொடர்பான ஆராய்வுகள், இம்முறையில் எடுக்கப்பட்டு அலசப்படுகிறது.

மேலும், வழக்காய்வில் அத்துணை யுக்திகளுமே பயன்படுத்தப்படுகிறது. இம்முறையில் வரலாற்று யுக்தியும், தகவல் திரட்டல், நேர்காணல் முறையும் பயன்படுத்தப்படுகிறது.

இம்முறை ஆய்வை பர்கேஸ் சமூக நுண்கருவி ஆராய்ச்சியாக எடுத்துரைக்கிறார்.

புதிய கருத்துகளை உருவாக்கவும், உண்மைகளை கண்டறியவும், பழைய முடிவுகள் அறியவும் வழக்காய்வு முறை பயன்படுகிறது.

இம்முறையின் வரம்புகள்:

அனைத்து முறைகளையும் ஒப்பிட்டு நோக்கும்போது வழக்காய்வு முறையில் நேர்மறைகளும், பயன்களும் இருந்தாலும், இம்முறைக்கென்று பல வரம்புகள் இருக்கத்தான் செய்கிறது. இவ்வுலகத்தில் படைக்கப்பட்டுள்ள அத்துணையிலும் இரு பக்கங்கள் இருப்பது போல இவ்வகை ஆய்வு ஒரு குறிப்பிட்ட நபரை, அமைப்பை, திட்டத்தை மட்டும் ஆராய்வு செய்ய பயன்படுமாகையால், பொது விதிகளை உருவாக்க இயலாததாய் உள்ளது. இதுவே, சர்வே முறையை பயன்படுத்தும்போது, பெருமளவு ஆராய்ச்சி செய்யப்பட்டு, பொது விதிகள் உருவாக்கப்பட்டு எதிர்கால ஆராய்ச்சிக்கு பயன்படும் விதத்தில் உள்ளது.

கணக்கெடுப்பு முறையை விட இவ்வாய்வு 'நேரத்தை' அதிகம் எடுத்துக்கொள்வதாக கணிப்பும் உள்ளது. ஆராய்ச்சியாளர்கள் தங்கள் அனுபவத்தின் மூலம் இதை உணர்த்தியுள்ளார்கள்.

பெரிய அளவிலான பிரச்சனைகளை அலசி ஆராய்வதற்கு இம்முறை பயன்படாது.

ஒரு குறிப்பிட்ட பாடப்படகுதியில் நுண்ணறிவை நோக்கி ஆராய்ச்சி செய்யப்படுவதால், ஆராய்ச்சியாளர்களுக்கு, "அதீத நம்பிக்கை" அளித்து, அதன் மூலம் ஒருதலை பட்சமான முடிவுகள் வெளிவருவதற்கு வாய்ப்பு உள்ளது.

நன்மைகள்:

வரம்புகள் மற்றும் இம்முறைக்கான தடைகள் காணப்பட்டாலும் நேர்மறை பயன்கள் அதிகம் காணப்படுகிறது.

வழக்காய்வு முறைக்குண்டான "தகவல் திரட்டல்" நீட்சித்தன்மையுடையதாக உள்ளது. சுருங்கக்கூறின், எப்படிப்பட்ட தகவல் திரட்டல் முறையாக இருந்தாலும் இவ்வாராய்ச்சிக்கு பயன்படுத்தலாம்.

ஒரு குறிப்பிட்ட சமூகஅமைப்பில் நாம் பிரச்சனையை எடுத்துக்கொண்டு ஆய்வு செய்யலாம்.

கள ஆய்வு:

ஒரு சமூக அமைப்பில் உள்ள எந்த ஒரு பிரட்சனையையும் பல கோணங்களில் ஆய்வு செய்ய இம்முறை பயன்படுகிறது. சமூக, உளவியல் ரீதியான, கல்வி மாறிகளை கண்டறியவும், உறவுமுறைகளை இன்னதென்று அறியவும் களஆய்வு உதவி புரிகிறது.

ஒரு குறிப்பிட்ட இடத்தில் வசிக்கும் ஆதிவாசி கூட்டத்தின் வாழ்வமைப்பை படிப்பதற்கு "களஆய்வு" முறை பயன்படுகிறது. இவ்வகை ஆய்வில், உளவியல், சமூக அமைப்பு, பொருளாதாரம், பேச்சு வழக்கம், வேலை வாய்ப்பு, அரசாங்க உதவி போன்ற அதிகளவு கோணங்களிலும், "கள ஆய்வு" முறையை பயன்படுத்தி அலசப்படுகிறது.

காட்ஸ் இவ்வகை ஆய்வை இரு முறைகளாக பிரிக்கிறார்.

1. மானுடவியல் ஆராய்ச்சி

2. அளவு ஆராய்ச்சி

மானுடவியல் ஆராய்ச்சியில், ஒரு குறிப்பிட்ட மக்கள் குழுமத்தை பற்றிய ஆய்வில் ஆராய்ச்சியாளர் அம்மக்கள் வசிக்குமிடத்தே சென்று, தங்கி, அவர்களோடு இணைந்து

வாழ்ந்து, வாழ்வு முறைமையும், பழக்க வழக்கங்கள், சட்ட திட்டங்கள் இவையனைத்தையும் தெரிந்து கொள்கிறார். ஆதிவாசி பழங்குடியினர்கள் மற்றும் வேறுபட்ட புதிய மக்கள் குழுமங்கள் தொடர்பான கற்றலுக்கு இம்முறை பயன்படுகிறது ஆனால் இங்கு மாறிகள் உண்டாக்கும் உறவுமுறைகளைப் பற்றிய ஆராய்ச்சி நடத்தப்படுவதில்லை .

அளவு ஆராய்ச்சிமுறையில் சமூக நடத்தை பற்றிய ஆராய்ச்சியில், மாறிகள் வகுக்கப்பட்டு அவைகளுக்கிடையேயான உறவுகளை கண்டறிந்து, துல்லியமான முடிவுகளை கண்டறிவார்கள்.

பல ஆராய்ச்சிகளில் மேற்கூறிய இரு முறைகளை பயன்படுத்தி ஆராய்ச்சி முடிவுகளை கண்டறிவார்கள். ஆராய்ச்சியின் தொடக்க நிலையிலேயே, மானுடவியல் முறைமை பின்பற்றி அதன் முடிவுகளை அடிப்படையாக வைத்து கருதுகோள்கள் உருவாக்கப்பட்டு, அளவு ஆராய்ச்சியை பயன்படுத்தி வேண்டிய முடிவுகளை கொணர்வார்கள்.

கள ஆய்வுக்குண்டான வழிமுறைகள்:

தொடக்கநிலை திட்டமிடல்:

ஆராய்ச்சிக்குண்டான திட்டத்தையும் அதன் இலக்குகளையும் நேர அட்டவணையையும் தயார் செய்தல்.

சாரணர் பயண முறை:

கள ஆராய்ச்சியாளர்கள், செயல்பட வேண்டிய ஆராய்ச்சியின் இடங்களை நேரில் பார்த்து புலனாய்வு செய்வார்கள். மக்கள் நடத்தையையும், சூழ்நிலையையும் புரிந்து கொண்டு முக்கியமான மாறிகளை உருவாக்குவர் முறை சாராத நேர்காணல் நடத்தப்பட்டு தகவல்களும் பெறப்படுகிறது. ஊர் தலைவர்கள், நிருபர்கள், ஆசிரியர்கள், தகவல் கூறுபவர்கள் போன்றோர் இவ்விடத்தில் பயன்படுவார்கள். மேலும் இரண்டாந்தர தகவல் மூலங்களும் பார்வையிடப்பட்டு புரிந்து கொள்ளப்படும். கள ஆராய்ச்சியாளர்கள்

தின்மும் பெறக் கூடிய தகவல்களை பத்திரப்படுத்தி ஆவணப்படுத்துவார்கள்.

ஆராய்ச்சி வடிவமைப்பு:

இவ்வாறு சாரணர் பயன முறையில் மூலம்பெறப்பட்ட முடிவுகளின் மூலம் ஒட்டு மொத்த ஆராய்ச்சியின் வடிவமைப்பு உருவாக்கப்படுகிறது. இதன்மூலம் ஆராய்ச்சியில், "என்ன செய்ய போகிறோம் "என்பது தெளிவுப்படுத்தப்படுகிறது. மேலும் தகவல் திரட்டல் கட்டுபாடுகளும், கருவிகளும், அளவுகோல்களும் நிர்ணயிக்கப்பட்டு அடுத்த கட்டத்திற்கு ஆராய்ச்சி இட்டு செல்லப்படுகிறது.

நேர்காணல் கேள்வித்தாள்களும், தகவல் திரட்டும் ஏனைய மற்ற படிவங்களும் முன் கூட்டியே பரிசோதனை செய்யப்பட வேண்டும்.

பின்னர் களஆய்வாளர்களை தயார் நிலையில் இருக்கச் செய்து ஆய்வு நடக்கும் இடத்தில் மக்களின் ஒத்துழைப்பை உறுதி செய்தல் அவசியம். ஆராய்ச்சியாளர்களின் பணிகளை விட களப்பணியாளர்களின் பணி வெகு முக்கியமானதாகும்.

அடுத்த கட்டம் பகுப்பாய்வு ஆகும். திரட்டப்பட்ட தகவல்கள் அனைத்தையும் தொடர் பகுப்பாய்விற்கு உட்படுத்தல் வேண்டும். தொடர் குணகத்தின் மூலமாக மாறிகளுக்கிடையேயான உறவு முறையானது கண்டறியப்பட வேண்டும்.

களஆய்வுக்கென்று பல நன்மைகள் உண்டு. குறிப்பிட்ட நேர வரைமுறைகளுக்குட்பட்டு ஆய்வு நடைபெறுவதால் தொடர்ந்து பார்வையிடவும், மாறிகளை கண்காணிக்கவும் முடிகிறது.

யதார்த்தமான சூழ்நிலையில் ஆய்வு நடப்பதால், நேரடி பார்வையிடலும், சமூக உறவுகளின் கண்காணிப்பும் சாத்தியப்படுகிறது.

கணக்கெடுப்பு ஆய்வில் நேரடி பார்வையிடல் இயலாததாய் உள்ளது.

இதைப்போலவே, ஆய்வு நடைப்பெற்றுக்கொண்டிருக்கும் போதே ஆராய்ச்சியாளர்கள் தங்களின் பார்வைக்கு தெரிகின்ற காரணிகளை (புதிய) பயன்படுத்தி துல்லிய முடிவுகளை கொண்டு வரலாம்.

இயல்–4
மதிப்பாய்வுரை

முன்னுரை:

ஆராய்ச்சிக்கான தலைப்பை பல்வேறு பிரச்சனைகளிலிருந்தும், பொய்யான பழமைவாத கொள்கைகளிலிருந்தும் உருவாக்கலாம் என கூறியிருந்தோம். வெவ்வேறு வகையான ஆராய்ச்சிகளையும் பார்த்தோம். இப்பகுதியில் ஒரு ஆராய்ச்சி தலைப்பை ஒட்டிய பல்வேறு ஆராய்ச்சி கட்டுரைகளையும், புத்தகங்களையும் எவ்வாறு திரட்டுவது என்றும், அதனை எவ்வாறு மறு ஆய்வு செய்வது என்பதையும் பார்ப்போம்.

மதிப்பாய்வுரை, ஆராய்ச்சிக்கு மிக முக்கியமானதாக கருதப்படுகிறது .நாம் ஆராய்ச்சிக்கு எடுத்துக் கொண்டிருக்கிற தலைப்பையொட்டி பல்வேறு புத்தகங்களும், ஆராய்ச்சிக் கட்டுரைகளையும் நாம் இன்று இணைய வழியாகவும், நேரடியாக புத்தகங்கள் மூலமாகவும் அறியலாம்.

நம் தலைப்புக்கு தொடர்பான அத்துணை புத்தகங்களையும், கட்டுரைகளையும் பெருவாரியாக ஆய்வு செய்வது அவசியமாகிறது. ஏனைய ஆராய்ச்சியாளர்கள் எந்தெந்த தலைப்புகளையும், கோணங்களையும் பயன்படுத்தியுள்ளனர் என்பது இதன் மூலம் தெளிவாகிறது. மேலும், நாம் எவ்வித கோணத்தில் ஆராய்ச்சியை மேற்கொள்ளலாம் என்பதும் நமக்கு புரிகிறது. நம் தலைப்பை

ஒட்டி எவ்வித கோணங்கள் 'முடியும்(அ) முடியாது என்பதும் நாம் மதிப்பாய்வுரை செய்வது மூலமாக அறிந்துக்கொள்ள முடியும்.

இதுபோல எந்த அளவிற்கு நம் ஆராய்ச்சித் தலைப்பையோட்டி நாம் 'செல்ல முடியும் ' 'சென்றுள்ளார்கள் ' என்பதும் அறியலாம். மேற்கூறியவை மூலமாக, நாம் தேர்ந்தெடுத்த தலைப்பில் இதுவரை 'எந்த அளவு ' ஆராய்ச்சி நடைபெற்றுள்ளது என்பதையும் கண்டறிந்து, நம்முடைய "இடைவெளியை" (அ) நாம் செய்ய வேண்டிய ஆராய்ச்சியை இனம் காணலாம். இதுவே மதிப்பாய்வுரையாகும்.

மதிப்பாய்வுரையின் மூலமாக ஒரு குறிப்பிட்ட பாடத்திற்கான இடைவெளியை கண்டறிவதோடு மட்டுமல்லாமல், அப்பாடத்திற்கு புதிய கருத்துக்களையும், கோட்பாடுகளையும் சேர்க்க முடிகிறது.

மதிப்பாய்வுரை கீழ்க்கண்ட மூலங்களிலிருந்து நடத்தப்பெறுகிறது.

> புத்தகங்கள்

> கலைக்களஞ்சியங்கள்(பொதுவான)

> கலைக்களஞ்சியங்கள்(ப்ரத்யோக)

> வருடாந்திர புத்தகங்கள்

> பாட புத்தகங்கள்

> குறிப்பு புத்தகங்கள்

> இதழ்கள்

> மாத வெளியீடு

> காலாண்டு வெளியீடு

> அரையாண்டு வெளியீடு

> ஆண்டு வெளியீடு

> அறிக்கைகள்

> கமிட்டிகள் அளிக்கக்கூடிய அறிக்கைகள் (அரசு)

> கருத்தரங்கு / மாநாடு தொடர்பான வெளியீடுகள்

> ஆராய்ச்சிக் கட்டுரைகள்

> தினசரிகள்

> சிறு ஆடியோ/வீடியோ தகடுகள்.

தேவைகள்:

மதிப்பாய்வுரை என்பது கதை படிப்பது போலவோ, புதினம் படிப்பது போலவோ அல்லாத, ஒரு குறிப்பிட்ட தேவையோடு படிக்கப்படுகிறது. ஆராய்ச்சியாளர்கள் இவ்விசயத்தில் தேர்ந்தெடுக்கும் புத்தகங்களும், இதழ் வெளியீடுகளும் முக்கியமானவையாகும். ஒரு ஆராய்ச்சியானது, மதிப்பாய்வுரை மூலமாகவே தொடங்குகிறது. அறிக்கை தயார் செய்யும் வரையிலும், மதிப்பாய்வுரையின் பங்கு அனைத்து பகுதிகளிலும் வியாபித்து உள்ளது.

ஆராய்ச்சி தலைப்பையொட்டிய பின்புல அறிவையும் பெருக்க உதவுகிறது. உதாரணத்திற்கு இஸ்ரேல், பாலஸ்தீனம் பற்றிய ஆராய்ச்சியில் இரு மதங்களைப் பற்றிய அறிவு வெகு அவசியப்படுகிறது.

தலைப்பையொட்டிய கருத்துக்களை படிப்பதோடு மட்டுமல்லாமல், உறவு முறைகளையும், கருதுகோள்களை உருவாக்குவதற்கும் பயன்படுகிறது. மதிப்பாய்வுரையானது, பகுப்பாய்விற்குண்டான யுக்திகள், கருத்து மதிப்பீடுகள், ஆராய்ச்சி வரைவு மற்றும் முறைமைகளையும் நிர்ணயிக்கக் கூடியதாக உள்ளது.

மற்ற ஆராய்ச்சியாளர்கள் எந்த வகை ஆராய்ச்சி மூலங்களை பயன்படுத்தியுள்ளார்கள் என்பதை அறிய முடிகிறது. மற்ற ஆராய்ச்சி அறிக்கைகளை எவ்வாறு முறைப்படுத்தியுள்ளார்கள் என்பதையும் கண்டறியலாம்.

தகவலின் மூலங்கள்:

ஒரு ஆராய்ச்சிக்கு தகவல்கள் வெகு முக்கியத்துவம் வாய்ந்ததாக கருதப்படுகிறது. முந்தைய காலக் கட்டங்களில் "தகவல்

திரட்டலுக்கு" பல்வேறு வட மாநிலங்களுக்கும், நூலகங்களுக்கு சென்று பெருமளவு செலவு செய்து, ஆராய்ச்சிக்குண்டான தகவல் திரட்டப்பட்டது. ஆனால் இப்போதோ, இணையத்தின் வாயிலாக, நமக்கு கிடைக்காத தகவலே இல்லை எனலாம். மேலும், பல்வேறு நூலகங்கள், இணைய வழியாக, குறிப்பிட்ட துறையில் நடைபெற்ற ஆராய்ச்சிக் கட்டுரைகளை பிரசுரம் செய்துள்ளது குறிப்பிடத்தக்கது. ICSSR மற்றும் பல அமைப்புகள் தேச அளவில் நடத்தப்பெற்ற ஆராய்ச்சிக் கட்டுரைகளை தங்கள் வலைத்தளங்களில் பிரசுரம் செய்துள்ளது. மேலும் எந்த ஒரு தலைப்பிற்கும் குறிப்பிட்ட அமைப்போ (அ) அரசாங்க துறைகளின் வலைத்தளங்களில் நீங்கள் தேடும் பொது அதற்க்குண்டான தகவல் பொக்கிஷமாக அளிக்கப்படுகின்றன. இவ்வாறான தகவல்கள் பெருமளவு பயன்படுகின்றன. பின்வருபவை ஆராய்ச்சிக்குண்டான தகவல்களை உடனடியாகவும் எளிதான முறையில் பெறக்கூடியதாகவும் அளிக்கக்கூடியதாகவும் உள்ளன.

- ➢ சமூக அறிவியல் ஆவண மையம். (ICSSR)

- ➢ தேசிய தகவல் தொடர்புஆவண மையம், டெல்லி

- ➢ தேசிய சிறு வர்த்தக ஆவண மையம், ஹைதராபாத்.

- ➢ கிராமப்புற ஆவண மையம், ஹைதராபாத்

- ➢ தேசிய பொருளாதார பயன்பட்டு ஆராய்ச்சி மையம், புது டெல்லி

- ➢ பொருளாதார மற்றும் சமூக கல்வி மையம், ஹைதராபாத்

மேற்க்கூறிய மையங்களில் உங்களின் ஆராய்ச்சி தலைப்பையொற்றிய தகவல்களையும், புத்தகம் மற்றும் இதர இதழ் பிரசுரிப்புகளையும், நகல் பதிவுகளாக பெற்றுக் கொள்ளலாம்.

புத்தகவியல்:(BITTIO)

மேற்க்கூறியது ஆராய்ச்சி தலைப்பையொட்டிய தகவல் பெரும் மையங்கள் ஆகும். ஆராய்ச்சியை ஒட்டிய புத்தகங்கள் மற்றும்

ஆராய்ச்சி கட்டுரைகளின் தொகுப்பானது, பல நூலகங்கள், ஆராய்ச்சி மையங்கள் மூலம் பெறலாம்.

இந்திய தேசிய புத்தகவியல் மையம்:

இந்தியாவில் வெளியாகக்கூடிய புதிய புத்தகங்களின் தொகுப்பை, கல்கத்தாவில் உள்ள இந்நூலகத்திலிருந்து பெறலாம். இணையம் வழியாக நாம் புத்தகங்களின் பட்டியலை பெற ஏதுவாக இருந்தாலும், இந்நூலகம், அனைத்து மொழிகளின் வழியே உருவான படைப்புகளின் பட்டியலை கொண்டிருக்கிறது.

காங்கிரஸ் நூலகம் தெற்கு ஆசியா:

புதுடில்லியில் உள்ள இந்நூலகம், தெற்காசிய நாடுகளான ஆப்கானிஸ்தான், பங்களாதேஷ், பூட்டான், இந்தியா, மாலத்தீவு, நேபால், பாகிஸ்தான் மற்றும் இலங்கை போன்ற நாடுகளின் புதிய படைப்புக்களை அளிக்கவல்ல மையமாகும்.

ஆசிய சமூக அறிவியல் புத்தகவியல்:

புதுடில்லியில் உள்ள இந்நூலகம் வருடத்திற்கு ஒரு முறை, பிரத்யேகமான படைப்புகளையும், அறிக்கைகளையும், ஆராய்ச்சிக்கட்டுரைகளையும் பிரசுரிக்கும் மையமாகும் .

பத்திரிக்கைகள்:

ஆராய்ச்சி தலைப்பையொட்டிய, பத்திரிக்கைகளின் பெயர்கள் மற்றும் கட்டுரைகளை வெளியிடுவதற்கென்று சில நூலகங்களும், அமைப்புகளும் உள்ளன .

   அவையாவன:

இந்திய அட்டவணை:

ராஜஸ்தான் பல்கலைகழகத்தின் நூலகம் வெளியிடும் தினசரி இந்திய பத்திரிக்கைகள, அயல்நாட்டு பத்திரிக்கை அட்டவணைகள்

மற்றும் முகவர் ஆராய்ச்சிக்கட்டுரைகள், ஆவணங்கள் பெரும் பயனை ஆராய்ச்சயாளர்களுக்கு அளிக்கின்றன.

இந்திய பத்திரிக்கை இலக்கிய வழிகாட்டி:

மூன்று மாதத்திற்கு ஒரு முறை வெளியாகும் இப்பிரசுரிப்பு 300 க்கும் மேற்பட்ட பத்திரிக்கைகளின் பட்டியலை வெளியிடுகிறது.

இந்திய பத்திரிக்கை அட்டவணை:

இந்தியாவில் வெளியாகும் ஆங்கில தினசரிகள் தொடர்பான கட்டுரைகள், முக்கிய எழுத்துக்கள், தலையங்கங்கள் மற்றும் கடிதங்கள் இணையத்தின் மூலமாக ஆராய்ச்சியாளர்கள் பெற்று பயனடையலாம்.

இருவார ஆவண மையம்:

பாராளுமன்ற உறுப்பினர்களுக்காக இரு வாரங்களுக்கு ஒரு முறை நடப்பு நிகழ்வுகளை வெளியிடும் பாராளுமன்ற நூலகம் பெரும் பிரச்சனைகளுக்கு தீர்வு காணும் பல பொக்கிஷங்களை உடையதாக அமைகிறது.

ஆசிய ஆவண மையம்:

உலக நிகழ்வுகளுக்காக இந்திய கவுன்சில், வருடந்தோறும் ஆசியாவில் வெளியாகிற ஆராய்ச்சி கட்டுரைகளை புத்தகவியலாக வெளியிடுகிறது. ஆசியா தொடர்பான ஆராய்ச்சிகளுக்கு மிகவும் பயனுள்ளதாக இந்த ஆவண மையம் பயன்படுகிறது. இதன் அலுவலகம் புதுடெல்லியில் செயல்படுகிறது.

அரசாங்க அறிக்கைகள்:

பல்வேறு துறை தொடர்பான நிகழ்வுகளின் கொள்கை முடிவுகள் மற்றும் அறிக்கைகள், கமிட்டிகளின் ஒப்பந்தங்கள் அரசாங்க பிரசுரங்களின் மூலமாக வெளியிடப்படுகிறது.

அவைகளில் சில:

- ➤ இந்திய குடிமை பிரசுரங்களின் பட்டியல்கள் (பல்வேறு துறைகள் சார்ந்த)
- ➤ இந்திய அரசாங்க பிரசுரங்க பட்டியல்கள்
- ➤ பாராளுமன்ற நூலக கால அறிவிப்பு வெளியீடு
- ➤ இந்திய புள்ளியல் சுருக்கங்கள்.

ஆராய்ச்சி சுருக்கங்கள்:

இந்திய சமூக அறிவியல் ஆராய்ச்சி சுருக்கங்கள். இவ்வமைப்பின் மூலம் நிதி உதவி பெற்ற ஆராய்ச்சியின் அறிக்கைகள் வலைத்தளங்களில் பிரசுரிக்கப்படுகின்றன. மேலும் இவ்வமைப்பு இந்திய பல்கலைக்கழகங்களில் வழங்கப்படுகின்ற முனைவர் பட்ட ஆராய்ச்சி கட்டுரைகளையும் தமது வலைத்தளத்தில் வெளியிடுகிறது.

மதிப்பீட்டுரையை திட்டமிடுதல்:

ஆராய்ச்சிக்கு இதற்கு முன்னரே நடத்தப்பெற்ற தலைப்பையொட்டிய கட்டுரைகள் மற்றும் பத்திரிக்கைகள் அவசியமானது என்பதை முன்பே பார்த்தோம். ஆராய்வு கட்டுரைகளை அதிகமாக படிப்பதினால் குறிப்பிட்ட ஆராய்ச்சியில் "இடைவெளி" எங்கு உள்ளது என்பதை அறிவதற்காகவே இம்முறை பின்பற்றப்படுகிறது. மேலும் ஒரு குறிப்பிட்ட தலைப்பையொட்டி 50 ஆராய்வு கட்டுரைகளும், 10 (அ) 15 புத்தகங்களும் போதுமானதாக உள்ளது. இவ்வளவும் ஒவ்வொரு ஆராய்சியாளருக்கும் அவரவர்களின் புரிதலை பொறுத்து மாறுவதாக உள்ளது. மதிப்பீட்டுரையை நாம் குறைத்து மதிப்பிட்டு ஆராய்ச்சியை மேற்கொண்டோம் என்றால், குறை மாதத்தில் பிறக்கும் குழந்தையாகவே உங்கள் ஆராய்ச்சி விளங்கும். எனவே, திட்டமிடுதல், ஆராய்ச்சிக்கு அத்தியாவசமாகிறது.

குறிப்பு அட்டை முறை:

தொடக்க நிலையில் "போஸ்ட் கார்டு" அளவிற்கு சார்ட் அட்டைகளில் இருந்து தயார் செய்து அதை புத்தகம் மற்றும் கட்டுரை சார்ந்த குறிப்புகளை எழுதுவதற்கு தயார் செய்து கொள்ள வேண்டும்.

இவ்வட்டைகளை உங்களுடைய ஆராய்ச்சிக்குண்டான பரந்த தலைப்பிற்கென்று தனியாகவும், தலைப்பை ஒட்டி தனியாகவும் குறிப்பெடுத்தல் அவசியம்.

உதரணத்திற்கு, இந்திய அரசியல் உங்களின் பரந்த தலைப்பாகவும் ''மக்கள் உரிமை" என்பது பிரத்தியோக தலைப்பாகவும் இருக்கும் பட்சத்தில், பரந்த தலைபிற்கு தனியாகவும், ப்ரத்யோக தலைப்பிற்கு தனியாகவும் "குறிப்பு அட்டைகளை" பிரித்துக்கொள்ளவும்.

20 புத்தகங்களுக்கு மதிப்பீட்டுரை எழுதப்போகிறீர்கள் என்றால் அவற்றை முழுமையாக படித்து அதன் சுருக்கங்களை தனியே தாள்களில் எழுதிக்கொள்ளலாம். 20 ஆராய்வு கட்டுரைகளை படித்து அதன் மதிப்பீட்டுரைகளையும், சுருக்கங்களையும் தனியே வைத்துக்கொள்ளவும். மேலும் பல புத்தகங்கள், ஆய்வு கட்டுரைகள் தொடர்பான குறிப்புகள், புத்கவியலுக்கு பயன்படுத்திக்கொள்ளவும்.

ஒவ்வொரு குறிப்பு அட்டையிலும், புத்தகத்தின் எழுத்தாளர் பெயர், தலைப்பு, பிரசுத்த இடம், பிரசுரிப்பின் பெயர், வருடம், பக்க எண் போன்றவைகளை எழுதிகொள்ளும்போது நாளடைவில் அறிக்கை எழுதுவதற்கு ஏதுவாக விளங்குகிறது.

புத்தகம் முழுவதும் படிக்க முடியவில்லை என்றால், அதன் சுருக்கம் பின் பக்கத்தில் எழுதப்பட்டிருக்கும். அதனை நாம் மதிப்பீட்டுரைக்கு பயன்படுத்திக்கொள்ளலாம். இதே போன்று, ஆராய்ச்சிக்கட்டுரைகளின் சுருக்கமும் அதன் தொடக்கப்பகுதியில் அளிக்கப்பட்டிருக்கும். கல்வி வலைதளங்களில் புத்தகம் தொடர்பான சுருக்க அறிமுகங்கள் அளிக்கப்பட்டிருக்கும். தாள்களையோ (அ) குறிப்பு அட்டைகளையோ பழமையானதாக தோன்றினால் கணினி, இணையதளங்கஸை பயன்படுத்தி மதிப்பீட்டுரையை தயார் செய்யலாம்.

இயல்-5
ஆராய்ச்சியில் திட்டமிடல்

எந்த ஒரு நடவடிக்கையும் திட்டமிடலோடு நடக்கப்பெறும் போது, நாம் எதிர்பார்க்கின்ற முடிவுகள் பெறப்படுகிறது. நம் வாழ்க்கையாகட்டும், அரசாங்கத்தின் கொள்கை திட்டமாக இருந்தாலும், ஐ.நா சபையின் நடவடிக்கையாகட்டும், அனைத்தும் திட்ட அடிப்படையில் செயல்படுத்தும் போது, நேர அளவும் குறைகிறது. அதாவது, சரியான நேரத்தில் நாம் கொண்டிருக்கும் இலட்சியங்களை அடைய வழி வகுக்கிறது.

ஆராய்ச்சி என்பது ஒரு முறைமைப்படுத்தப்பட்ட முயற்சியாகும். அமைப்பு சார்ந்த எந்த பணிக்கும் செயல்பாட்டிற்கும் 'ஒரு முறைமையான திட்டம்' தேவைப்படுகிறது. முன்கூட்டியே முடிவெடுத்தலை நாம் "திட்டமிடல்" என்கிறோம்.

ஆராய்ச்சியில், என்ன படிக்க போகிறோம்? இலக்குகள் யாவை? எவ்வகையான வழிமுறைகளை பயன்படுத்த போகிறோம்? போன்ற கேள்விகளுக்கு பதில்களையும் ஏற்பாடுகளையும் செய்தல் ஆகும். இதற்கான புத்தி கூர்மை, கற்பனை சக்தி மற்றும் தொலைநோக்கு பார்வை ஆராய்ச்சி முறைமைக்குண்டான அறிவு போன்றவை அவசியமாகும்.

➤ திட்டமிடல் ஆராய்ச்சியை முறைமைப்படுத்துகிறது.

➤ இலக்குகளில்லாத பாதையை புறம் தள்ளுகிறது.

➤ ஆராய்ச்சிக்குண்டான சரியான திசையை நிர்ணயிக்கிறது.

முதன் முதலில் ஆராய்ச்சியை தொடங்கும்பொது பின்வரும் எளிதான தேவையான வழிமுறைகளை பின்பற்றலாம்.

ஆராய்ச்சிக்குண்டான பிரச்சனையை தேர்வு செய்தல்:

நாம் என்ன செய்ய போகிறோம், சமூகத்தில் பல்வேறு பிரச்சனைகளை இனம் கண்டு மற்றவைகளை புறம் தள்ளுகிறோம். உதாரணத்திற்கு பருவநிலை மாற்றம் முக்கியமாக எடுத்துக் கொள்ளப்படுகிறது.

ஆராய்ச்சி கேள்விகள் தேர்வு செய்யப்பட்ட பிரச்சனைகளிலிருந்து அது தொடர்பான கேள்வியை எழுப்புதல் வேண்டும். பருவ நிலை மாற்றங்கள் தொடர்பான கேள்விகள் ;

⇨ ஏன் பருவநிலை மாற்றங்கள் உருவாகிறது?

⇨ காரணிகள் யாவை?

⇨ பாதிப்புகள் யாவை?

⇨ முக்கிய பாதிப்புகள் மற்றும் குறைவான பாதிப்புகள்,

⇨ பொருளாதார பாதிப்பு,

⇨ சூழ்நிலை பாதிப்பு,

⇨ சுகாதார பாதிப்பு.

இவை போன்று கேள்விகள் எழுப்பப்படுகிறது.

கருதுகோள் உருவாக்கம்:

ஏற்கனவே நாம் முன் பகுதியில் கருதுகோள்களைப்பற்றி பார்த்துள்ளோம். பின் வருவன பருவநிலை மாற்றம் தொடர்பான கருதுகொள்களாகும்.

⇨ பருவநிலை மாற்றம் சுற்றுபுற சுழல் பாதிப்பதால் உருவாகிறதா?

⇨ ஓசோன் சுழற்சியால் உருவாகிறது.

- மனிதர்கள் அதிகமாக பயன்படுத்தும் வாகனங்களின் மூலம் எழும் புகை மூட்டம்.

- தொழிற்சாலைகளின் பெருக்கம்

- கடல் நீர் வெப்பமடைதல்

- அண்டார்டிக்காவின் பனி உருகுதல்

மேற்கூரியவை கருதுகோள்களாக உருவாக்கலாம். ஆராய்ச்சியின் முடிவில் இக்கருதுகோள்கள், பரிசோதனையின் அடிப்படையில் உண்மையா? (அ) பொய்யா? என்பதை அறிந்து கொள்ளலாம்.

கருத்து உருவாக்கம் ஆராய்ச்சிக்குண்டான கருத்துக்களை தேர்வு செய்தல். மேலும் அளவுகோல்களையும் தயார் செய்தல் அடுத்தக்கட்டமாகும். பருவ நிலை மாற்றத்தை, உதரணமாக, தலைப்பாக எடுத்துக்கொள்ளும் போது, பருவநிலை, ஓசோன், க்ளோரோ ∴ப்ளோரோ கார்பன், அல்ட்ரா ஒளிகற்றை, வெப்பநிலை மாற்றம், கடல் நீர் மட்ட அதிகரிப்பு போன்றவை விளக்கப்படுகின்றது. இவ்வாறு கருத்தாக்கங்கள் தயார் நிலையில் இருக்கிறபோது, மேற்கொண்டு நாம் செல்ல வேண்டிய திசை நமக்கு விளங்கும்.

ஆராய்ச்சி வடிவமைப்பு:

ஆராய்ச்சி வடிவமைப்பு என்பது ஆராய்ச்சி தொடர்பான வரைபடமாகும். இவ்வடிவமைப்பில் ஆராய்ச்சிக்குண்டான அத்துணை விளக்கங்களும் காணப்படும்.

ஆராய்ச்சி தலைப்பை தேர்வு செய்தல்:

ஆராய்ச்சிக்குண்டான தலைப்பு மற்றும் பரந்த எல்லையானது முதுகலை (அ) அறிவியல் படிகின்றபோதே தேர்வு செய்வது சிறந்த முடிவாகும். ஆனாலும் பெரும்பானவர்கள், ஆராய்ச்சி படிப்பை பதிவு செய்த பிறகே தலைப்பையும், பரந்த எல்லையையும் தேர்வு செய்கிறார்கள்.

இன்றைய அளவில், முனைவர் பட்டத்திற்கு மாணவர்கள் பதிவு செய்து ஒரு வருடம் கழித்தே தலைப்பை பதிவு செய்வதற்கு அனுமதிக்கப்படுகிறார்கள். இது பல்கலைகழகங்களின் சட்டங்களுக்கேற்ப வேறுபடுகிறது. ஜவஹர்லால் நேரு பல்கலைகழகமானது, M.Phil ஆராய்ச்சியை இரு வருட காலம் நடத்துகிறது. P.hd முறையாக இரு வருட காலம் நடத்துகிறது. M.Phil முடிக்கவில்லை என்றால் 3 வருடங்கள் நேரடியாக முதுகலை / அறிவியல் பட்டப்படிப்பை முடித்து ஆராய்ச்சிக்கு பதிவு செய்யலாம்.

தலைப்பானது, ஆராய்ச்சி நெறிமுறையாளர்களுடன் கலந்தபின் எடுக்கப்படவேண்டிய முடிவாகிறது. ஆராய்ச்சியாளர்கள், முன்கூட்டியே தலைப்பை முடிவு செய்திருந்தாலும் நெறிமுறையாளர் முடிவு செய்த பிறகு, அவருடைய பங்களிப்பும் இதில் உள்ளது. நெறியாளர் குறிப்பிட்ட பரப்பெல்லையில், மாணவரை தேர்வு செய்ய அறிவுறுத்தும்போது, மாணவர்கள் அதை ஒட்டியே தேர்வு செய்யும் நிர்பந்தத்திற்கு ஆளாகின்றனர்.

இதனால், ஆராய்ச்சிக்கு படிக்கும் மாணவர்கள், நெறியாளர்களை தேர்வு செய்யும்போது கவனமாக இருக்க வேண்டியது அவசியமாகிறது. அரசியலை எடுத்துக்கொண்டோமானால், பல பரப்பெல்லைகள் இப்பாடத்தில் உள்ளன. உலகஅமைதி, இந்திய அரசியல், மாநில அரசியல் மனித உரிமைகள், அரசியல் சிந்தனை, நிர்வாகம், பஞ்சாயத்து அரசுகள், சர்வதேச உறவுகள் போன்ற பலவன அமைந்துள்ளது. மேற்க்கூறியவைகளில் ஏதாவதொரு 'பரந்த எல்லை' யுள்ள பாடத்தை எடுத்துக்கொண்டு அதில் காணப்படும் கருத்துக்களையும், கோட்பாடுகளையும், நிகழ்வுகளையும் கட்டுரைகள் மூலமாக படிக்கிறபோது, பல 'இடைவெளிகளை' நாம் அறியலாம். இதை 'ஆராய்ச்சி இடைவெளிகள்' என்பார்கள். யாருமே அறியாத (அ) குறைவான ஆராய்ச்சி செய்யப்பட்ட 'இடைவெளியை' கண்டறிந்து அதை தலைப்பாக நிர்ணயிக்கலாம்.

- உதாரணத்திற்கு 'உலக வளர்ச்சி' யை "பரந்த எல்லை" பாடமாக எடுத்துக்கொண்டோம் என்றால், அதில் ஐ.நா வின் பங்கை ஆராயலாம்.

- மேலும் ஊடுருவி ஐ.நா வின் பங்கை ஆஃப்ரிக்க நாடுகளில் ஆராயலாம்.

- ஆஃப்ரிக்க நாடுகள் எனும் பட்சத்தில், மிகவும் வளர்ச்சியடையாத நாட்டை எடுத்துக் கொண்டு அங்குள்ள ஐ.நா வின் பங்களிப்பை ஆராயலாம்.

- மேலும் ஐ.நாவின் பங்களிப்பு என்றால், பொருளாதார நேர்மறை உதவிகளை ஆராயலாம்.

- (அ) அமைதி சார்ந்த பிரச்சனை எனில் ஐநா அமைதி காக்கும் படையின் பங்களிப்பை ஆராய்வு செய்யலாம்.

- இயற்கை சீற்றத்தின் பாதிப்பு என்றால் அங்கே பேரிடர் தொடர்பான கட்டுமான நடவடிக்கைகளை ஆராயலாம் .

- அமெரிக்கா மற்றும் வளர்ந்த நாடுகளின் முடிவெடுத்தலையோ (அ) ஆதரவுகளையோ ஆராயலாம்.

- அந்த நாட்டில் குடிமக்களாக இருக்கும் பிரஜைகளை அவர்களின் ஒத்துழைப்பை ஆராயலாம்.

- இதுபோல, ஒரு 'பரந்த பாடத்தை" எடுத்துக்கொண்டு அதன் உள்ளடக்கத்தின் பல்வேறு பரிமாணங்களில் ஒரு தலைப்பை உறுதிப்படுத்திக்கொண்டு நமது ஆராய்ச்சியை தொடங்கலாம்.

- ஆராய்ச்சிக்குரிய தலைப்புகளை தேர்வு செய்யும்போது, சர்ச்சைக்குரிய தலைப்புகளை தேர்வு செய்யாமல் இருப்பது நன்று. மக்களுடைய நம்பிக்கைகள், மதம் மற்றும் உணர்வுப்பூர்வமான விஷயங்களை தவிர்த்தல் சுமூகமாக உங்கள் ஆராய்ச்சிகளை முடிப்பதற்கு ஏதுவாக அமைகிறது.

- மேலும், உங்கள் தலைப்பானது, உங்களால் முடிக்கக்கூடிய வகையில் அமைதல் வேண்டும். இஸ்ரேல்-பாலஸ்தீனம் பற்றிய ஆராய்ச்சியில் பாலஸ்தீனர்களையும், இஸ்ரேலியர்களையும், நேர்காணல் முறையை பயன்படுத்தி தகவல் சேர்ப்பது அவ்வளவு எளிதானது அல்ல. நீங்கள்

இஸ்ரேல் நாட்டில் ஏதாவதொரு பல்கலைகழகத்தில் ஆராய்ச்சி செய்கிறீர்கள் என்றால், மேற்க்கூரிய முயற்சி எளிதாக முடியும்.

- ஆனால், இந்தியாவில், ஆராய்ச்சி செய்யும் போது, மேற்க்கூறியது போன்ற தலைப்புகள் சரிவராது.

ஆராய்ச்சிக்குண்டான தலைப்புகள், உங்கள் பொருளாதார நிலைமையும் பொருத்து அமைகிறது. நீங்கள் தேர்வு செய்யும் நெறியாளர், 'ப்ராஜக்ட்' வைத்திருக்கும் பட்சத்தில் நிதிக்கு பிரச்சனை இருக்காது. ஆனால் ஆராய்ச்சி ப்ராஜக்ட் இல்லாத நெறியாளர்களால் உங்களுக்கு பண உதவி செய்ய இயலாது. இதற்காகவே U.G.C, ICSSR போன்ற அமைப்புகள் பரீட்சைகள் மற்றும் நேர்காணல் நடத்தி அதில் தேர்வுறும் மாணவர்களுக்கு நிதியுதவிகள் வழங்கி வருகின்றன. மாணவர்கள் முதுகலை படிக்கும்போதே, இவ்வாறான தேர்வுகளுக்கு பயிற்சி பெரும் பட்சத்தில் ஆராய்ச்சியானது, சுதந்திரமாக தங்கு தடையின்றி நடத்தப் பெறுகிறது.

ஆராய்ச்சின் இலக்குகள்

ஒரு ஆராய்ச்சின் முலமாக நாம் எழுப்பும் கேள்விகளுக்கு, எவ்வகையான பதில்களை பெறுகிறோம் என்பதே இலக்குகளாகும்.

இலக்குகளாவன, மாறிகளுக்கிடையேயான உறவுகளையோ (அ) விளக்கங்களையோ எதிர்பார்த்த ஆராய்ச்சி முடிவுகளையோ தரக்கூடியதாக உள்ளது. இலக்குகள், அறிக்கைகளாகவும், கேள்விகளாகவும் உருவாக்கப்படுகிறது.

ஆய்வின் வரையறை:

ஆராய்ச்சிக்குண்டான எல்லையையும், கோணங்களையும், ஆய்வின் வரையறை கூறுகிறது. இருக்கக்கூடிய (அ) கிடைக்கக்கூடிய தகவல்கள் அனைத்தையும் பயன்படுத்துதல் இயலாத காரியமாகும். எனவே ஆராய்ச்சிக்குண்டான தகவல்களை (அ) இலக்குகளை அடிப்படையாக வைத்து பயன்படுத்துவது சால சிறந்ததாகும்.

ஆராய்ச்சியின் வரையறை, அதற்குண்டான நேரத்தையும், கிடைக்கப்பெறும் சூழ்நிலையையும் பொறுத்து அமைவதாகும்.

புதியதாக சேரும் ஆராய்ச்சியாளர்கள், தங்கள் ஆர்வக்கோளாறுகளினால், பெரியளவில் ஆராய்ச்சி தலைப்பை உருவாக்கி முனைப்பாக முடிவுகளை பெற வேண்டும் என உழைப்பார்கள். அவர்களுக்கு எல்லையை நிர்ணயிப்பதற்கு உண்டான சூழ்நிலை அமையாததாய் உள்ளது. நெறியாளர்களின் அறிவுரைக்கேற்ப செயல்படும்போது, ஆராய்ச்சியின் வரையறை புரிய வருகிறது.

மேலும் ஒரு ஆராய்ச்சியை குழப்பமேதும் இல்லாமல், தகுந்த விளக்கங்களோடு முடிக்க வேண்டுமெனில் வரையறை அத்தியாவசியமாகிறது. பின்வருவன வரையறையை நிர்ணயிக்கலாம்.

- ⇨ ஆராய்ச்சிக்கேள்விகள் (அ) இலக்குகளை குறைத்துக்கொள்ளுதல்.

- ⇨ பூகோள எல்லையை நிர்ணயித்தல். உதாரணத்திற்கு, மாநிலம், மாவட்டம், தாலுகா, கிராமம், நகரம்

- ⇨ ஆராய்ச்சிக்குண்டான காலம்

- ⇨ மாதிரி இடம் மற்றும் பரப்பெல்லையை குறைத்தல்.

கருதுகோள்கள்:

ஆராய்ச்சி பிரச்சனைகளுக்குண்டான கேள்விகளுக்கு தற்காலிகமாக பதில்களை உண்டாக்குவது, ஆராய்ச்சிக்கு முக்கியம். இருக்கின்ற பதில்களை எல்லாம் ஆராய்ச்சிக்கு முன்னதாகவே அளிக்கப்படுகிறது. சரியான கருதுகோள்கள், துல்லியமான பார்வை, கட்டுமான சிந்தனை, கற்பனை சக்தி, தொலைநோக்கு பார்வை, நுண்ணியப்பார்வை மற்றும் சரியான தீர்வுகள், ஆகியவைகளை அடிப்படையாகக்கொண்டு நிர்ணயிக்கப்படுகிறது.

ஆராய்ச்சிக்குண்டான பாடத்தினைப் பற்றிய அனைத்து அறிவும், தொடர்பு நுணுக்கங்களும், இதில் பொக்கிஷமாக கருதப்படுகிறது.

அர்த்தம்:

அறிவியல் ரீதியான பரிசோதனைக்கு உட்படுத்தக்கூடிய, தற்காலிகமான வாக்கியங்கள் கருதுகோள்கள் எனப்படும். ஆராய்ச்சிக் கேள்விகளுக்கு தற்கால பதில்களை இது தருகிறது. அறிவியல் பகுப்பாய்வுக்கு கருதுகோள்கள் உட்படுத்தப்பட்டு பரிசோதனை செய்யப்படுவதால், தற்காலிகமானதாக கருதப்படுகிறது.

லுன்டன்பெர்க், "பரிசோதனை செய்து பார்த்து முடிவு செய்யக்கூடிய பொது விதிகளை கருதுகோள்கள் எனலாம்".

கூடி & ஹாட், "உண்மைத்தன்மையை பரிசோதித்து பார்க்கக்கூடிய முன்மொழிவுகள் கருதுகோள்கள் ஆகும்.

தேவை:

கருதுகோள்கள் உருவாக்குவது அவசியமா என்கிற கேள்விக்கு "ஆம்" என்கிற பதில் கூறலாம். சரியான திசையை நோக்கி ஆராய்ச்சியை செலுத்துவதற்கு கருதுகோள்கள் துணைபுரிகின்றன எனலாம். எல்லாவிதமான ஆராய்ச்சிகளுக்கும், கருதுகோள்கள் அவசியமா என்றால் 'இல்லை' உண்மை கண்டறியும் புலனாய்வுகளுக்கு கருதுகோள்கள் ஏற்படுத்த தேவையில்லை. கண்டறியும் ஆராய்சி முறைமையில் கருதுகோள்கள் தேவையில்லாததாக உள்ளது. பரிசோதனை மற்றும் பகுப்பாய்வு ஆராய்ச்சி முறைகள் அனைத்திலும் கருதுகோள்கள் அவசியமாகின்றன .

வகைகள் - கருதுகோள்கள்

கருதுகோள்களின் செயல்படுகளை கொண்டு அதன் வகைகள் வேறுபடுகின்றன.

⇒ விளக்க கருதுகோள்கள்

⇒ தொடர்பு கருதுகோள்கள்

⇨ நடத்த பெறும் கருதுகோள்கள்

⇨ வெற்று கருதுகோள்கள்

⇨ புள்ளியல் கருதுகோள்கள்

- விளக்க கருதுகோள்கள்:

  - மாறிகளின் இயல்புகளை பற்றி விளக்கக்கூடியது இவ்வகையான கருதுகோள்கள். மாறிகள் பருப்பொருள், நபர், அமைப்பு, சூழ்நிலை (அ) நிகழ்வாக இருக்கலாம் .

  - "கல்வி முறையானது மக்களுக்கு ஏற்றார்போல் இல்லை"

  - "அண்ணாதுரையின் தலைமை பெரியாரின் தலைமையில் இருந்து வேறுபடுகிறது"

  - "ஐ.நா சபையின் செயல்பாடுகள் உலக வங்கியின் செயல்பாடோடு வேறுபடுகிறது"

  - "21ஆம் நூற்றாண்டின் கலாச்சாரம் முன்னேறியதாக காணப்படுகிறது"

  - "தலிபான்களின் அரசு முறை வேறுபட்டதாய் உள்ளது"

- தொடர்பு கருதுகோள்கள்:

  - இரு மாறிகளுக்கு இடையேயான உறவு முறையை விளக்கும் முன்மொழிவுகளுக்கு தொடர்பு கருதுகோள்கள் என்று பெயர்.

  - ஜனநாயக அரசாங்கங்கள் மக்கள் கருத்தை வரவேற்கின்றன.

  - அதிகார ஆட்சியில் மக்கள் கருத்து மட்டுப்படுத்தப்படுகிறது.

  - உரிமைகள் நிலைநாட்டப்படும்போது கடமைகள் நிறைவேற்றப்படுகின்றன

  - பொருளாதார நிலை மனநிலையை நிர்ணயிக்கிறது

  - சட்டம் சுதந்திரத்தை நிர்ணயிக்கிறது

* **மாறும் கருதுகோள்கள்:**

ஆராய்ச்சியின் தொடக்கத்தில் கருதுகோள்கள் 'நிலையானதாக' இருக்கப்பெறாது. ஆராய்ச்சியின் நிலைமையை பொருத்து மாறும் தன்மையுடைய கருதுகோள்கள் இவ்வகையை சார்ந்தது .

* **பூஜ்ய கருதுகோள்கள்:**

கற்பனையான வரையறைகளை அடிப்படையாக கொண்டது இவ்வகை கருதுகோள்கள் . இரு மாறிகளுக்கிடையே உறவுகள் "இருப்பது" தெரிந்தும் "இல்லாதது" போல உருவகம் செய்யப்படுகிறது. ஆராய்ச்சியின் இறுதியில் இக்கருதுகோள்கள் பூஜியமாக்கப்படுகின்றன. "ஜனநாயகத்திற்கும்" "மக்கள் சக்திக்கும்" தொடர்பு இல்லை என்பது கருதுகோள். ஆராய்ச்சிக்கு பிறகு இக்கருதுகோள் பூஜ்யமாக்கப்பட்டு உறுதி செய்யப்படுகிறது. ஆராய்ச்சியை வலிமைபடுத்துவதற்கு இவ்வகை கருதுகோள்கள் உருவாக்கப்படுகின்றன.சமூக ஆராய்சிகளில், இவ்வகை கருதுகோள்கள் பெரிதும் பயன்படுகின்றன.

கருதுகோள்களின் மூலங்கள்:

கோட்பாடு

கருதுகோள்கள் எங்கிருந்து உருவாகின்றன என்பது மில்லியன் டாலர் கேள்வியாகும். ஆராய்ச்சின் தொடக்கநிலையில் உருவாக்கப்படும் கருதுகோள்கள், இறுதி கட்டத்தில் பொய்யாகவோ (அ) உண்மையாகவோ நிருப்பிக்கப்படுகின்றன என்பதை முதலிலேயே பார்த்தோம். பெருவாரியான கருதுகோள்கள் கோட்பாடிலிருந்து உருவாகப்பெருகின்றன. ஒரு குறிப்பிட்ட பாடப்பிரிவில் எவ்வளவுக்கெவ்வளவு கோட்பாடுகள் தோற்றுவிக்கப்படுகிறதோ அந்த அளவிற்கு அப்பாடம்வளர்கிறது. கோட்பாடுகள் ஆராய்ச்சின் மூலம் உருவாகின்றன என்பதை நாம் பார்த்தோம். ஆராய்ச்சின் திசையை கோட்பாடுகள் துல்லியமாகக் காட்டுகின்றன.

கோட்பாடுகளிலிருந்து தர்க்க ரீதியான கருதுகோள்கள் உருவாகின்றன.

உதாரணத்திற்கு, மக்களாட்சி, பத்திரிகை துறையில் சுதந்திரத்தை ஊக்குவிகின்றது இதிலிருந்து சர்வாதிகார ஆட்சி, பத்திரிகை துறையை ஊக்குவிப்பதில்லை என்ற கருதுகோள் உருவாகின்றது.

(அ)

"சர்வதிகார ஆட்சி. தாங்கள் விரும்பிய பத்திரிகையை மட்டும் ஊக்குவிக்கிறது" என்ற கருதுகோளும் உருவாகின்றது.

(அ)

மக்கள் கருத்திற்கு சர்வாதிகார ஆட்சி செவி சாய்க்காது என்ற கருதுகோள் உருவாகிறது.

கவனிப்பு:

சமுகத்தில் நடைபெறக்கூடிய நிகழ்வுகளை அடிப்படையாகக் கொண்டு கருதுகோள்கள் உருவாக்கப்படுகின்றன. ஒரு குறிப்பிட்ட கட்சியின் அரசியல், மக்கள் நலன் சார்ந்த திட்டங்கள் நிறைவேற்றப்படுவதை நாம் கவனிக்கலாம். சில கட்சிகளின் ஆட்சியில், மக்கள் நலன் பெருவாரியாக மதிக்கப்படுவதில்லை. இத்தருணத்தில் ஆராய்ச்சியாளர்கள், கருதுகோள்களை "கவனிப்பு" அடிப்படையில் உருவாக்குகின்றனர்.

ஒப்புமை:

ஒரு குறிப்பிட்ட துறையில் ஏற்படும் (அ) நிகழும் நிகழ்வுகளைக் கொண்டு முற்றிலும் வேறு துறையில் நாம் ஒப்புமையை கவனிக்கலாம். உதாரணத்திற்கு, "கிரகண பாதையில் உள்ள ஒழுங்கமைவை நாம் மனித குலத்திற்கு ஒப்புமை செய்யலாம். கிரகணங்கள் எவ்வாறு ஓர் ஒழுங்கமைவை கொண்டு சூரியனைசுற்றி வருகிறதோ, அதேபோல மனிதர்களுக்கும் ஓர் ஒழுங்குமுறை சட்டமைவு தேவைப்படுகிறது. இதை அறிவியல்முறையில் நடத்த

பெறுகின்ற ஆராய்ச்சியின் மூலமாக பல முன்னேற்றங்களை கண்டுள்ளது ஆராய்ச்சி உலகம் .

உள்ஞணர்வு மற்றும் அனுபவம்:

ப்ளாட்டோ, சாக்ரடிஸ் போன்ற அறிஞர் பெருமக்கள் தங்களின் பல கேள்விகளையும், அதற்குண்டான விடைகளையும், தக்க முறையில் அனுபவம் வாய்ந்த தங்களின் உள்ஞணர்வின் மூலம் உருவாக்கினர். மனதின் சிந்தனைகள் இடைவிடாது ஒரு குறிப்பிட்ட திசையில் செலுத்தப்படும்போது, அங்கே பல அற்புத நிகழ்வுகள் நடைபெறுகின்றன. கணித மேதை ராமானுஜம் மற்றும் ஆர்கிமிடிஸ் போன்றோர் இதற்கு சிறந்த உதாரணங்கள் ஆவர். பல கருத்துக்களோடும் வினாவிடைகளோடும், அதிருப்தியுடனும் வாழ்க்கை பயணம் அமையும்போது, உள்ஞணர்வும் அனுபவமும் வலிமை பெற்று அதன் மூலம் கிடைக்கபெறும்கருதுகோள்கள் சிறப்பானதாக அமைகிறது. புத்தர், நியூட்டன் போன்றோரும் இவ்வரிசையில் வருகின்றார்கள்.

ஆராய்ச்சி முடிவுகள்:

ஒரு ஆராய்ச்சி தலைப்பையொட்டி முடிவுகளின் மூலமாகவும் கருதுகோள்கள் ஏற்படுத்தப்படுகின்றன ."உலக அமைதி" என்ற தலைப்பை எடுத்துகொள்ளும்போது, உலக அளவில் பல நாடுகளில்உள்ள ஆராய்ச்சியாளர்கள், தங்கள் ஆராய்சிகளை வெவ்வேறு திசைகளிலும், கோணங்களிலும் செய்திருப்பார்கள். அவ்வாறான ஆராய்ச்சியின் முடிவுகள், புதிய கருதுகோள்களைஉருவாக்க சிறந்த முறையில் பயன்படுகிறது.

அறிவின் நிலை:

ஒரு குறிப்பிட்ட துறையிலோ (அ) பாடப்பிரிவிலோ அதனுடைய முன்னேற்ற நிலையைப் பொருத்தும் கருதுகோள்கள் உருவாக்கப்படுகின்றன.கருதுகோள்கள் பொய்க்கும்போது புதிய கருதுகோள்கள் உருவாக்கபடுகின்றன . எந்த ஒரு பாடப்பிரிவில்

கோட்பாடுகள் குறைவாக உள்ளதோ அப்பாடத்தில் உள்ள பல கருத்துக்களிலிருந்து கருதுகோள்கள் உருவாக்கப்படும். இதனாலேயே கருதுகோள்கள் என்பது "கோட்பாட்டு - கருத்து" சார்ந்ததாக அமைகிறது.

கலாச்சார பாதிப்பு:

ஒரு நாட்டில் இருக்கக்கூடிய சூழலும், கலாசாரமும், உறுதியாக கருதுகோள்கள் உருவாக்குவதற்கு துணைபுரிகின்றன. ஒவ்வொரு நாட்டுக்கும் இக்கலாச்சார சூழல்மாறுபடுவது அனைவரும் அறிந்ததே. அமெரிக்காவை எடுத்துக்கொண்டோமானால், கலாச்சார சீர்கேடு, இன ஆதிக்கம், வன்முறை போன்றவை கருதுகோள் உருவாக பயன்படுகிறது. இதுபோல

இந்தியா-சாதி, மதம், மனித உரிமை, பொருளாதார ஏற்றத்தாழ்வு

பாகிஸ்தான்-மதம், தீவிரவாதம், மனித உரிமை

இலங்கை-மதம், இனம், அண்டைய நாட்டு தலையீடுதல்

சீனா-கலாச்சாரம், அரசாங்க முறை, உரிமை மீறல், சுதந்திரம்

போன்ற மாறிகள் கலாச்சார ரீதியாக கருதுகோள்களை நிர்ணயிக்கின்றன.

கருதுகோள்களின் செயல்பாடுகள்:

• ஒரு ஆராய்ச்சி எந்த திசையில் செல்ல வேண்டும் என்பதை நிர்ணயிப்பது கருதுகோள்கள் ஆகும். திசையரியாத பறவைகள் அங்குமிங்குமாக அலை மோதுவது போல, கருதுகோள்கள் இல்லாத ஆராய்ச்சியின் நிலை ஆகிறது. ஆராய்ச்சிக்கு ஒரு முழு ஒழுங்கை தருவதும் கருதுகோள்கள் ஆகும்.

• கருதுகோள்கள் திரட்டப்படக்கூடிய தகவல்களையும் துல்லியப்படுத்துகிறது. கருதுகோள்கள் உருவாக்காமல் தேடப்படுகின்ற தகவல்களுக்கு எல்லையில்லை. அதிகமான தகவல்களும் திரட்டப்பட்டு, இறுதியாக ஆராய்ச்சி

சீர்குலைய வாய்ப்புள்ளது. மேலும் தகவல்கள் ஆராய்ச்சிக்கு தொடர்புடையதாக உள்ளதா என்பதையும் கருதுகோள்கள் முடிவு செய்கிறது.

* இது தவிர்த்து, எந்த வகையான ஆராய்ச்சி என்பதை நிர்ணயிக்கவும் கருதுகோள்கள் செயல்படுகின்றன.

* மேலும் பகுப்பாய்விற்கு பயன்படும் யுக்திகளையும் நிர்ணயிக்கிறது கருதுகோள்கள்.

* புதிய கோட்பாடுகள் உருவாகுவதற்கும் கருதுகோள்கள் பயன்படுகின்றன. கோட்பாடுகளையும், புலனாய்வையும் ஒன்றிணைக்கிறது. கோட்பாட்டிலிருந்து உருவாகி, பின்னே கோட்பாட்டின் ஒரு பகுதியாகவும் அமைகிறது கருதுகோள்கள்.

* கோட்பாடுகளின் உண்மைத்தன்மை கருதுகோள்களை வைத்தே செய்யப்படுகிறது. ஒரு கோட்பாட்டை நேரடியாக நாம் பரீட்சித்து பார்க்க இயலாது. அதன் மூலம் கருதுகோள்கள் உருவாக்கி, பின்னே தகவல்களை திரட்டி உண்மைநிலை அறியப்படுகிறது. ஏற்கனவே உருவாக்கப்பட்ட கருதுகோள்கள் பரிசோதனைக்குப்பிறகு உண்மையென்றால் கோட்பாடு உடன்படுகிறது.

நற்-கருதுகோள்களின் இயல்புகள்:

தெளிவான கருத்து:

கருதுகோள்கள் உருவாக்கும்பொது, அதில் அமைந்துள்ள கருத்துக்கள் தெளிவான முறையில் இருத்தல் வேண்டும். வரையரையும் புரிதலும் தெளிவு பெறுவது இன்றியமையாதது.

குறிப்பிடுத்தன்மை:

கருதுகோள்கள் நேரடியாக ஆராய்ச்சி தொடர்பானதாக இருத்தல் வேண்டும். மேலும் இரு (அ) பல மாறிகளுக்கு இடையேயான உறவுகளையும் தங்கு தடையில்லாமல் எடுத்துரைக்க வேண்டும்.

பரிசோதனை:

கருதுகோள்கள் பொதுவாக அறநெறி தொடர்பானதாகஉருவாக்கப்பெறக்கூடாது. மாறாக அவற்றை பரீட்சித்து பார்க்கும் நிலையில் இருத்தல் வேண்டும். கருதுகோள்களை பரிசோதனை செய்வதற்கு அறிவியல் பூர்வமான சாட்சியங்கள் திரட்டுவதற்கு ஏதுவாக அமைதல் வேண்டும்.

யுக்தி பயன்பாடு:

கருதுகோள்கள் நிலுவையில் பயன்படக்கூடிய யுக்திகளோடு தொடர்புடையதாக இருக்க வேண்டும். மேற்க்கூறியது எதிர்மறையாக இருக்கும் பட்சத்தில், நாம் கருதுகோள்களை பரிசோதனை செய்ய இயலாது. இதனால் கருதுகோள்கள் உருவாக்கும் முன்னரே, அதை பரிசோதனை செய்து பார்க்கும் யுக்திகளையும் கண்டறிய வேண்டும்.

கோட்பாட்டின் தொடர்பு:

கருதுகோள்கள் ஒரு குறிப்பிட்ட கல்வியறிவோடு தொடர்புடன் இருத்தல் அவசியமாகிறது. அறிவியலானது ஒருமித்த அறிவோடு இருக்கும்பட்சத்தில், பல்வேறு உண்மைகளையும், கோட்பாடுகளையும் எளிதாக கண்டறியலாம். ஒவ்வொரு ஆராய்ச்சியும் தனித்தன்மையோடு இருக்கும்பட்சத்தில், குறிப்பிட்ட பாட அறிவானது வளர்ச்சி பெறாமலே போய்விட வாய்ப்புண்டு. கோட்பாட்டினோடு கூடிய தொடர்பு கருதுகோள்களுக்கு வல்லமையை சேர்க்கிறது.

நிலைத்தன்மை:

தர்க்கரீதியாக கருதுகோள்கள் நிலைத்தன்மையை பெற்றிருக்க வேண்டும். ஒரே கோட்பாட்டிலிருந்து உருவாக்கப்படும் இரு முன் மொழிவுகள் முரண்படக்கூடாது.

எளிமை:

கருதுகோள்கள் படிக்கும் ஆராய்ச்சியாளர்களுக்கு புரிகின்ற வகையிலே எளிமையாக இருத்தல் வேண்டும். எவ்வளவு பெரிய கருத்துக்களையும் எளிமையாக கூறும்பட்சத்தில் அது அனைவருக்கும் போய் சேருகிறது. ஆராய்ச்சியாளரின் இயல்பை பொருத்து இது அமைகிறது.

கருதுகோள்களின் பரிசோதனை:

பின்வரும் சரிபார்ப்பு பட்டியலின் மூலமாக நாம் கருதுகோள்களை பரிசோதனை செய்து பார்க்கலாம்.

- ⇨ கருதுகோள்கள் உருவாக்கும் முன்னர் ஆராய்ச்சி தலைப்பை ஒட்டிய அனைத்து பரப்புகளும் ஆய்வு செய்யப்பட்டதா?

- ⇨ ஆராய்ச்சி கேள்விகளுக்கு பதிலளிக்கும் வகையில் அனைத்து தரப்பிலும் கருதுகோள்கள் முறைமைப்படுத்தப்பட்டதா?

- ⇨ கருதுகோள்களின் உருவாக்கம், பயமற்ற சூழ்நிலையில் ஏற்றப்பட்டதா?

- ⇨ கருதுகோள்களில் குறிப்பிடப்பட்டிருக்கும் கருத்துக்கள் திட்டவட்டமானதா?

- ⇨ மாறிகளுக்கிடையேயான பரிந்துரைக்கப்பட்ட உறவுமுறை சரிபார்க்கப்படுமா?

- ⇨ தகுந்த ஆராய்ச்சி வடிவமைப்பு நடத்தப்பெற முடியுமா?

மேற்க்கூறியவை கருதுகோள்கள் பரிசோதனை செய்து பார்க்க உதவும் அளவுகோள்கள் ஆகும்.

கருத்துக்கள்:

ஆராய்ச்சியின் அடித்தளமே கருத்துக்களினால் உருவாக்கப்படுகிறது என்றால் அது மிகையாகது. ஆராய்ச்சி தலைப்பில் தொடங்கி,

இலக்குகள், கேள்விகள் மற்றும் கருதுகோள்கள் போன்ற அத்துனையிலும் வியாபித்து காணப்படுவது கருத்துக்கள் ஆகும்.

"எடுத்துக்காட்டாக பெரும் சாம்ராஜ்யத்தை உருவாக்க பேரரசுகள்பெரும் முயற்சிகளை எடுத்தன".

மேற்கூறிய முன்மொழிவில் 'சாம்ராஜ்யம்', 'பேரரசுகள்' போன்றவை கருத்துகள் ஆகிறது.

கருத்துக்கள் சுருக்கமாக வரையறுக்கப்பட வேண்டும். ஆராய்ச்சி தலைப்பை எடுத்துக் கொள்ளும் போது, அவ்வாராய்ச்சியில் உள்ள கருத்துகளை நாம் எந்த கோணத்தில் பார்க்கிறோம் என்பதை வரையறுக்க வேண்டும். ஏனெனில், ஒரு கருத்திற்கு பல அர்த்தங்கள் உள்ளது. நாம், நம்முடைய ஆராய்ச்சியில் அக்கருத்தை எவ்வாறு பயன்படுத்துகிறோம் என்பதை சுருக்கமாக வரையறுக்க வேண்டும்.

உதாரணத்திற்கு, ஜனநாயகம் (அ) ஜனநாயக அரசாட்சி எனும்போது மக்கள் சக்தியை வரையறுக்கலாம். நாம் எடுக்கக்கூடிய (அ) நடத்தக்கூடிய ஆராய்ச்சியைப் பொறுத்து வரையறை மாறுகிறது.

அனைத்து அறிவியலும் ஒரு குறிப்பிட்ட ஆராய்ச்சி பரப்பெல்லையை நிர்ணயித்துக்கொண்டு அதை விளக்குவதற்கு 'சுருக்க சிந்தனையை' உபயோகப்படுத்துகிறது. ஆராய்ச்சியின் விளைவுகளை எடுத்துரைக்க இவ்விதமாக கருத்துகள் பயன்படுத்தப்படுகின்றன. 'அரசாங்கம்' என்றால் மக்களை ஆளும் கருவி; 'உரிமை' என்றால், ஒரு நாடு தான் குடிமக்களுக்கு அளிக்கும் சலுகை; 'கடமை' என்றால். தனி மனிதர்கள் ஒரு நாட்டில் செய்ய வேண்டியது, 'அதிகாரம்' என்றால், ஒரு உயரதிகாரிக்கு "கீழ்படிதல்"; 'சமத்துவம்' என்றால், அனைத்து மக்களுக்கும் பாகுபாடின்றி கிடைக்கப் பெறும் பயன்கள். இதுபோல சமூகத்தில் நாம் பார்வையிடும் உண்மைகளை பெயர் வைத்து அதற்க்குண்டான அர்த்தங்களை இயற்றுவது "கருத்துகளாகும்". கருத்துகள் பெரும்பாலும் வார்த்தைகளாகவோ (அ) சொற்றொடர்களாகவோ குறிப்பிடப்படுகிறது.

ஆக கருத்து எனப்படுவது, ஒரு பொருளின் சுருக்க சின்னமாகவும், இயல்பையும் குறிக்கிறது எனலாம். இது புலன் பதிப்புகளாகவும், உணர்வுகளின் பிரதிபலிப்பாகவும் அமைகிறது. மேலும் ஒரு குழுமம் (அ) வகுப்பு தொடர்பான உண்மைகளின் சுருக்க சின்னமாகவும் கருதப்படுகிறது. நிகழ்வுகள், செயல்முறைகள் போன்றவைகளை சுருக்கமாக எடுத்துரைப்பதற்கு கருத்துகள் தேவைப்படுகின்றன.

முக்கியத்துவம்:

அனுபவத்தின் வாயிலாக உணரக்கூடிய உணர்வுகளை வெளி உலகிற்கு கூறுவதற்கு கருத்துக்கள் மிகவும் பயன்படுகின்றன.

அறிவியல் பூர்வமான நிகழ்வுகளை கருத்துகள் "பொது சுருக்கமாக" பிரதிபலிக்கின்றன.

"தகவல்" என்பது ஒரு கருத்தாக உள்ளது. இருவரிடையோ (அ) இரு நாடுகளிடையோ நடைபெறும் சம்பாஷனைகளுக்கு ஒரு சுருக்கச் சின்னமாக "தகவல்" என்கிற கருத்து உதவுகிறது. தகவலோடு மட்டுமல்லாது, கருத்துகள் பொதுவிதிகளின் அடிப்படையிலும் தருவிக்கப்படுகிறது.

இயல்புகள்:

கருத்துகளின் சிறப்பியல்புகள் பின்வருவன ஆகும்.

⇨ பல்வேறு அர்த்தங்களை பிரதிபலிக்கும் சின்னங்களாக கருத்துகள் விளங்குகின்றன.

⇨ கருத்துகள், உண்மைசம்பவத்தையும், பயனையும் அடிப்படையாக வைத்து, பார்வைகளுக்கு ஏற்ப வேறுபடுகிறது. "அரசாங்கம்" என்கிற கருத்தை எடுத்துக்கொள்ளும்போது, மக்களுக்கு கருவியாக ஆகிறது. ஆளும் வர்க்கத்திற்கு 'சிம்ம சொப்பனமாக'படுகிறது. எதிர்கட்சிக்கு 'எதிர்க்கும் பாவம் உருவாகிறது. இவ்வாறு பத்திரிக்கை, மாணவர்கள், தொழிலாளர்கள், மதவாதிகள், உழவர்கள், ஆசிரியர்கள், மருத்துவர்கள் என்று அவரவர் பயன்களுக்கு ஏற்ப கருத்தானது வித்தியாசப்படுகிறது. ஆனாலும் அர்த்தம் ஒன்றே ஆகும்.

வகைகள்:

கருத்துகள் இரு வகையாக பிரிக்கப்படுகிறது.

1. உறுதியான கருத்துகள்

2. பண்பு சார்ந்த கருத்துகள்

உறுதியானகருத்துவகைகள் என்பது, பார்க்கக்கூடியதாகவும, தொடக்கூடியதாகவும், உணரக்கூடியதாகவும் உள்ள பொருட்களாகும். உதாரணத்திற்கு, மரம் கணினி, தொலைக்காட்சி போன்றவையாகும்.

பொருட்களின் இயல்புகள் (அ) பண்புகளையோட்டியவை பண்புசார் கருத்துகள் என்று அழைக்கப்பெறுகின்றன. உயரம், பருமன், நற்குணம், தலைமை போன்றவை எடுத்துக்காட்டாக கொள்ளலாம்.நாம் பார்வையிடும் நிகழ்வுகளிலிருந்து பெறப்படும் முடிவுகளாக இது அமைகிறது.

ஆராய்ச்சி வடிவம்:

ஒரு ஆராய்ச்சியை வழிநடத்துவதற்கு உண்டான 'திட்ட வரைபடமே' ஆராய்ச்சி வடிவம் எனப்படும். ஆராய்ச்சிக்கான இலக்குகள் மற்றும் முறைகளை இவ்வடிவம் கொண்டிருக்கும். மேலும் ஆராய்ச்சி இலக்குகளை அடையக்கூடிய வழிமுறைகளையும் உள்ளடக்கி இருக்கும். ஒரு முழு முறைமைப்படுத்தப்பட்ட வழிமுறை இதில் காணப்படும். ஒரு ஆராய்ச்சியின் திசை எவ்வாறு போகிறது என்பதை ஆராய்ச்சியின் வடிவத்தைப் பார்த்து நாம் தெரிந்து கொள்ளலாம்.

ஆராய்ச்சி வடிவத்திற்கான தேவைகள்:

நல்ல ஆராய்ச்சி வடிவமைப்பு பின்வரும் இயல்புகளை கொண்டிருத்தல் வேண்டும்.

➢ கருதுகோள்களையும், இலக்குகளையும் கொண்ட திட்டவட்ட அட்டவனையை பெற்றிருக்க வேண்டும்.

> ஆராய்ச்சி கேள்விக்குண்டான தகவல்களையும் அதற்குண்டான மூலங்களையும் கொண்டிருக்கும் சுருக்க வரியாகும்.

> தகவல் திரட்டுவதற்கும் பகுப்பாய்வு செய்வதற்கும் உண்டான முறைகளை உடைய வரைபடமாகவும் செயல்படுகிறது.

> ஆராய்ச்சியிலிருந்து பெறக்கூடிய பொதுவிதிகளானது, பெரிய மக்கள் குழுமத்திற்கோ (அ) சூழ்நிலைக்கோ ஏதுவானதா என்பதை நிர்ணயிக்கவும் ஆராய்ச்சி வடிவம் பயன்படுகிறது.

இயல்புகள்:

ஆராய்ச்சி வடிவம் என்பது, வீடு கட்டுவதற்கு உண்டான சிறிய வரைபடம் அல்ல.மாறாத ஒரு ஆராய்ச்சியாளன், தொடர்ந்து பயணம் செய்து பாதைகளையும், திசையையும், இலக்கையும் குறிப்பிடுகின்ற பெரிய வழிகாட்டியாக உள்ளது.

ஆராய்ச்சி பயணமானது முன்னேறும் மார்க்கமாக இருப்பதாலும், புதிய பார்வைகள், கோணங்கள் மற்றும் தேவைகள் சூழ்நிலைகளுக்கேற்ப எழுதுவதாலும் மாறிக்கொண்டே இருக்கப் பெறுகிறது.

ஏனெனில், உருவாக்கப்பெற்ற சில கருதுகோள்கள் உண்மையாகவும் பல பொய்யாகவும் நிரூபிக்கப்படுகிறது. இவ்வாறு உள்ள சூழ்நிலையில் மாறிகளுக்கிடையே புதிய உறவுகளும், உள்பார்வையும் மாறும் பட்சமாக விளங்குகிறது.

சில தகவல் கிடைக்கப்பெறாத பட்சத்தில், ஆராய்ச்சியானது சுருங்கப்பெறுகிறது; மாதிரி முறைமையானது ஒரு வகையிலிருந்து மறு வகைக்கு மாற்றம் பெற வாய்ப்புண்டு.

மேலும் ஒரு ஆராய்ச்சி தலைப்பானது, ஆராய்ச்சியாளரின் இலக்கைப்போல, நுண்மைத்தன்மையையோ (அ) விரிவான தன்மையையோ பெற்றிருக்கும் என்று உறுதியிட்டு கூற இயலாது.

தகவல் அடிப்படையிலே மாறும் என்று முன்பே கூறப்பட்டுள்ளது. மேலும் நேரம், நிதி போன்ற பண்புகளும் நேர்மறையாகவோ, எதிர்மறையாகவோ பாதிக்கின்றது.

ஆராய்ச்சி வடிவமைப்பு தயார் செய்தல்:

திட்டமிடுதல், ஆராய்ச்சி வடிவமைப்பின் முதன்மையான அம்சமாகும். ஆராய்ச்சி வடிவமைப்பை உருவாக்குவதற்கு பின் காணும் கேள்விகளும் அதற்குண்டான முடிவுகளும் எடுப்பது அவசியமாகிறது.

- ⇨ ஆராய்ச்சியின் உள்ளடக்கம்
- ⇨ ஆராய்ச்சிக்கான காரணங்கள்
- ⇨ ஆராய்ச்சியின் பரப்பெல்லை
- ⇨ இலக்குகள்
- ⇨ பரீட்சித்து பார்க்க வேண்டிய முன்மொழிவுகள்
- ⇨ கருத்து வரையரைதல்
- ⇨ ஆராய்ச்சி நடத்தப்பெறக் கூடிய இடம்
- ⇨ ஆராய்ச்சிக்கான வருடங்கள்
- ⇨ வகை
- ⇨ தகவல்களின் இயல்பு
- ⇨ தகவல்களின் மூலங்கள்
- ⇨ மாதிரிகளின் அளவு
- ⇨ மாதிரி யுக்திகள்
- ⇨ தகவல் திரட்டப்படும் முறைகள்
- ⇨ தகவல் திரட்டப் பயன்படும் கருவிகள்
- ⇨ தகவல் செயல்முறை விளக்கம்

⇨ பகுப்பாய்வின் யுக்திகள்

⇨ ஆராய்ச்சியின் முக்கியத்துவம்

⇨ அறிக்கை முடிவுகள் எவ்வகையான பார்வையாளர்களை கொண்டுள்ளது

⇨ எவ்வகையான அறிக்கை

⇨ ஒவ்வொரு கட்டத்திற்கும்உண்டான நேர அளவு

⇨ ஆராய்ச்சிக்குண்டான செலவு

சுருங்கக் கூறின் ஆராய்ச்சி வடிவமைப்பானது பின்வரும் அம்சங்களை கொண்டிருத்தல் அவசியமாகிறது.

⇨ முன்னுரை

⇨ ஆராய்ச்சி பிரச்சனை (அ) கேள்வி

⇨ மதிப்பாய்வுரை

⇨ பரப்பெல்லை

⇨ இலக்குகள்

⇨ கருத்து மாதிரி

⇨ கருதுகோள்கள்

⇨ கருத்து வரையறை

⇨ ஆராய்ச்சிக்கான முக்கியத்துவம்

⇨ பூகோள வரையறை

⇨ கால வரையறை

⇨ ஆராய்ச்சி முறைமை

⇨ மாதிரி திட்டம்

⇨ தகவல் திரட்டலுக்கான கருவிகள்

⇨ பகுப்பாய்வின் திட்டம்

⇨ அத்தியாய அமைவு

⇨ நேர திட்டம்

⇨ நிதி திட்டம்

⇨ அத்தியாய அமைவு

⇨ நேர திட்டம்

⇨ நிதி திட்டம்

இயல்-6
மாதிரிகள்

சமூக அறிவியலில் உள்ள பாடங்களில், அறிவியல் ரீதியான ஆராய்ச்சிக்கு முதன்மை தகவல்க திரட்டல் அவசியப்படுகிறது. பூகோள அமைப்புகளான மாவட்டங்கள், தாலுகா, நகரங்கள், கிராமங்கள், நிறுவனங்கள் போன்றவைகள் இதில் அடங்கும்.

ஒரு ஆராய்ச்சி நடத்தப்பெற இருக்கின்ற பரப்பெல்லை 'உலகளாவிய மாதிரி ' என அழைக்கப்படுகிறது. ஒட்டுமொத்த ஆராய்ச்சிக்குண்டான எல்லையும் இதில் அடங்கும். இப்பரப்பெல்லையின் ஒரு பகுதியே ஆராய்ச்சி மாதிரி என அழைக்கப்படுகிறது.

முதுகலை அரசியல் அறிவியல் படிப்பவர்களின் அரசியல் விழிப்புணர்வை பரிசோதனை செய்து பார்ப்பது ஆராய்ச்சியின் நோக்கமென்றால், கல்லூரியின் அரசியல் அறிவியல் துறையின் மொத்த மாணவர்கள் "உலகளாவிய மாதிரி "எனப்படும். உதாரணத்திற்கு 65 நபர்கள் என்று வைத்துக்கொள்வோம். இதில் ஒரு பகுதி, அஃதாவது 25 நபர்கள் "மாதிரி" யாக நிர்ணயிக்கப்படுவர்.

"ஒரு பானை சோற்றுக்கு, ஒரு சோறு பதம்" என்பதே மாதிரியின் அடித்தள அறிவியல் ரீதியான முறையாகிறது.

மாதிரிகளின் இலக்குகள்:

ஆராய்ச்சியில் மாதிரிகள் மக்களின் ஒரு பகுதியை மட்டுமல்லாது, ஒட்டுமொத்த தொகையையும் பிரதிபலிக்கின்றன.

1.38 பில்லியன் மக்கள் தொகையில் 19000 தொகை இருக்கக் கூடிய 'மாதிரியை ' வைத்து, எந்த கட்சி வெற்றி பெறும் என துல்லியமாக கணக்கிட முடியும்.

மாதிரியின் முக்கிய இலக்கானது, நன்றாக தெரிந்த உண்மைகளை வைத்து, ஏனைய தெரியாத உண்மைகளை கண்டறிவதாகும்.

இரண்டாவதாக 'மாதிரியை ' அடிப்படையாகக் கொண்டு உருவாக்கிய கருதுகோள்களை பரிசோதனை செய்து பார்ப்பது ஆகும்.

ஆராய்ச்சி மாதிரியிலிருக்கும் மக்களிடமிருந்து பெறப்பட்ட தகவல்களை பகுப்பாய்வு செய்து, ஒரு கருதுகோளை ஒத்துக்கொள்ளவோ (அ) புறந்தள்ளவோ செய்வது எளிதாகும்.

கணக்கெடுப்பு மற்றும் மாதிரி:

கள ஆய்வின் பொது, மாதிரியை பயன்படுத்துவதா (அ) தேவையில்லையா என்பதை முடிவு செய்வது அவசியம். ஆராய்ச்சிக்கு எடுத்துச் சொல்கிற தலைப்பை ஒட்டியே அது அமைகிறது. ஒட்டுமொத்த மக்கள் தொகையையும் ஆராய்ச்சிக்கு பயன்படுத்தும்போது அது 'கணக்கெடுப்பு ' எனப்படும். ஒரு குறிப்பிட்ட பகுதியை மட்டுமே ஆராய்ச்சிக்கு பயன்படுத்துகிறபோது அது 'மாதிரி' எனப்படுகிறது.

இவ்வாறாக 'மாதிரி'மற்றும் கணக்கெடுப்பு தொடர்பாக முடிவெடுக்கும் போது கீழ்வரும் காரணிகளை முடிவு செய்வது நன்று.

மக்கள் தொகையின் அளவு:

ஆராய்ச்சிக்குட்பட்ட மக்கள் தொகையில் 150 பணியாளர்களோ, 40 நிறுவனங்களோ (அ) 75 மாணவர்களோ இருக்கும் பட்சத்தில், மாதிரியை தேர்வு செய்ய அவசியம் இல்லை. ஆராய்ச்சி செய்ய வேண்டிய மக்கள் தொகை லட்சதிலோ, கோடிகளிலோ மிக அதிகமாக இருக்கும் பொழுது, ஆராய்ச்சி மாதிரி நியாயப்படுகிறது.

மக்கள் தொகையின் அளவானது, ஆராய்ச்சி தலைப்பின் இயல்பைப் பொருத்து அமைவதாகும். மேலும், நேரம், தேவைகள் பொருத்தும் மாதிரி நிர்ணயிக்கப்படுகிறது.

நிதி தேவை:

ஒரு ஆராய்ச்சியில் கணக்கெடுப்பு செய்வதோ(அ) மாதிரியை தேர்வு செய்வதோ நிதியிருப்பை பொருத்து முடிவு செய்யப் படுகிறது. நிதி குறைவாக இருக்கும்பொது, மாதிரி தேர்வு செய்யப்படுகிறது.

வசதிகள்:

ஆராய்ச்சிக்காக இருக்கப்பெரும் உதவியாளர்கள் கணினி வசதிகள் மற்றும் மக்களை தொடர்பு கொள்ளும் வசதிகளைப் பொருத்தும் மாதிரி நிர்ணயிக்கப்படுகிறது. ஆராய்ச்சிக்குண்டான வசதிகள் அதிகமாக இருக்கும் பொது கணக்கெடுப்பே பயன்படுத்தப்படுகிறது.

நேரம்:

பெரும்பாலான ஆராய்ச்சிக்குண்டான நேரம் குறைவாகவே அளிக்கப்படுகிறது. அது சந்தை தொடர்பாக இருந்தாலும், ஓட்டு தொடர்பான நிகழ்வாக இருந்தாலும் நேரம் பல்வேறு காரணிகளை முடிவு செய்கிறது. இதற்க்காகவே ஆராய்ச்சியாளர்கள் மாதிரியை தேர்வு செய்கிறார்கள்.

மாதிரி இயல்புகள்:

மாதிரியின் தரத்தை வைத்து ஆராய்ச்சி முடிவுகளை நாம் கணக்கிடலாம். நல்லியல்பு மாதிரி என்பது பின்வரும் இயல்புகள் கொண்டிருப்பதாக எதிர்பார்க்கப்படுகிறது.

பிரதிநிதித்துவம்:

ஒரு ஆராய்ச்சியின் மாதிரியானது ஒட்டுமொத்த மக்கள் தொகையின் பிம்பமாக விளங்குகிறது. நிகழ்வு மாதிரி முறையானது உறுதியாக

மாதிரியை பிரதிபலிப்பதாக அமைந்துள்ளது. ஒரு மாதிரியின் நம்பகத்தன்மையானது, அதன் துல்லியத்தன்மையையும், நுட்பத்தையும் சார்ந்துள்ளது.

தர்மபுரி மாவட்டத்தின், மக்களின் "உயர்கல்வி அணுகலை" பற்றிய ஆராய்ச்சியில், முதுகலை பட்டதாரிகளின் கருத்துகள் கண்டிப்பாக பதிவு செய்யப்பட வேண்டும். அவ்வாறாக தேர்ந்தெடுக்கும் மாதிரியே, துல்லியமான முடிவுகளை தரக்கூடியதாக உள்ளது.

சரிநுட்பத்தன்மை:

'சரிநுட்பத்தன்மை' என்பது மாதிரியின் நடுநிலைத்தன்மையாகும். ஒருதலைபட்சமாக இல்லாத 'மாதிரியே' நாம் எதிர்பார்க்கும், உண்மையான ஆராய்ச்சி முடிவுகளை அளிக்கிறது.

துல்லியத்தன்மை:

மாதிரியானது துல்லியமான மதிப்பீடை அளிக்கக்கூடியதாக அமைய வேண்டும். இந்த துல்லியத்தன்மை மாதிரி மதிப்பீட்டின் நிலையான பிழையிலிருந்து அளிக்கப்படுகிறது. ஒரு ஆராய்ச்சியில் 'நிலையான பிழை' அளவிற்கு துல்லியத்தன்மை நிலைப்படுகிறது.

அளவு:

நல்ல மாதிரியின் அளவானது போதுமானதாக இருத்தல் வேண்டும். அப்போதுதான் அம்மாதிரியானது 'நம்பகத்தன்மையை' பெற்றிருக்கும். மேலும், ஆராய்ச்சியிலிருந்து கண்டறியும் முடிவுகளானதும் துல்லியமாக அமைகிறது.

மாதிரி-நன்மைகள்:

இப்பகுதியில் மாதிரியின் பயன்களையும், எதற்காக சமூகவியல் ஆராய்ச்சியில் மாதிரி உபயோகப்படுத்தப்படுகிறது என்பதையும் பார்ப்போம்.

பெரும் ஆராய்ச்சிகளில் நேரமும், செலவும் அதிகமாக விரயமாக வாய்ப்புள்ளது. இந்திய அளவிலோ (அ) மாநில அளவிலோ இரு நாடுகள் தொடர்பான ஆராய்ச்சி என்றால், சாதாரண ஆராய்ச்சியாளர் நடத்தமுடியாத அளவிலே அமைகிறது. மாதிரி முறைகளை பயன்படுத்தும்போது, இது சாத்தியமாகிறது. முக்கியமாக சர்வே தொடர்பான ஆராய்ச்சிகளில் நேரம் மற்றும் நிதி குறைவதற்கு மாதிரி முறைமைகள் வெகுவாக பயன்படுகின்றன.

கள பணிகளிலும், தகவல் பகுப்பாய்வுகளிலும், குறைந்த அளவு பணியாளர்களை பயன்படுத்தி, துல்லியமான மற்றும் உண்மையான முடிவுகளை கண்டறியமுடிகிறது.

முழுமையாக மக்கள் தொகையை கணக்கெடுப்பதைவிடவும், மாதிரி முறைமைகளின் மூலமாக நடத்தப்பெறும் ஆராய்ச்சியானது நன்மை பயக்கிறது. நேர்முக/மறைமுக காணல், புலனாய்வு, தகவல் திரட்டல், தொடர் மேற்பார்வை மற்றும் தகவல் செயல்முறை போன்றவை மாதிரி முறைமை ஆராய்ச்சிகளில் அதிக பலன் அளிக்கிறது. கணக்கெடுப்பை விடவும் வெகுவேகமாக முடிவுகளை தரவல்லது மாதிரி முறைமை. ஏனெனில் நேர அளவு அனைத்து பணிகளுக்கும் உண்டு. கணக்கெடுப்பு என்பது ஒட்டுமொத்த மக்கள் தொகைக்கும் நடப்பதால் அதற்குண்டான நேரம் அதிகமாக இருக்கிறது. விரைவாக, மாதிரி முறைமை ஆராய்ச்சி நடத்தப்பெறுவதால் ஆராய்ச்சி விலைபயன்கள் உடனடியாக உபயோகப்படுத்தப்படுகின்றன.

மக்கள் தொகை அதிகமாக உள்ள பட்சத்தில், மாதிரி முறைமை ஒன்றே சரியான ஆராய்ச்சி வழியாக பயன்படுகிறது. ஏனைய மற்ற யுக்திகள் குறைந்த அளவிலோ (அ) பயனற்றதாகவோ உள்ளன.

மாதிரி முறைமைகளும், வகைகளும்:

மாதிரி முறைகள் பெருவாரியாக இரு வகைப்படும்.

1. நிகழ்தகவு (அ) சீரற்ற முறைமை

2. நிகழ்தகவற்ற (அ) சீரான முறைமை

மேற்குறிப்பிட்ட இரு வகைகளில் சீரற்ற முறைமை பின்வருமாறு பிரிவுகள் காணப்படுகின்றன.

1. எளிய சீரற்ற மாதிரி முறைமை

2. அடுக்கு மாதிரி முறைமை

3. முறைமைப்படுத்தப்பட்ட சீரற்ற மாதிரி

4. குழும மாதிரி முறைமை

5. பரப்பு மாதிரி முறைமை

6. இரட்டை மாதிரி (அ) பல கட்ட மாதிரி முறைமை

நிகழ்தகவற்ற முறைமைகள்:

1. தக்க (அ) விபத்து மாதிரி

2. தேவை சார்ந்த மாதிரி

3. ஒதுக்கீடு மாதிரி

4. பணிபற்று மாதிரி

நிகழ்தகவு (அ) சீரற்ற மாதிரி:

இம்முறையானது வாய்ப்பு கோட்பாட்டை அடிப்படையாக கொண்டு உருவாக்கப்பெற்று, ஒவ்வொரு ஆராய்ச்சி ஒட்டுமொத்த மக்கள் தொகையிலும், தெரிந்த இடத்திலிருந்து தேர்வு தொடங்குமாறு இம்முறைமை அமைந்துள்ளது.

பண்புகள்:

இவ்வகை மாதிரியில் ஒட்டுமொத்த மக்கள் தொகையில் அனைத்து மக்களுமே தேர்வுர வாய்ப்பு உள்ளது. குழுமத்தில் உள்ள அனைவருக்கும் தேர்வுர வாய்ப்புள்ளதால் இம்முறை பிரசித்தி பெற்றுள்ளது. 50 பணியாளர்கள் ஒரு நிறுவனத்தில் பணிபுரிகிறார்கள் என்றால் ஆராய்ச்சிக்காக அந்த 50 பணியாளர்களும் தேர்வுர வாய்ப்புள்ளது.

இவ்வகை மாதிரி பிரநிதித்துவ மாதிரியாக கருதப்படுகிறது. இதனால், ஆராய்ச்சி விளைப்பயன்கள் அனைத்து மக்களுக்குமான பொது விதியாக உருவாக்கம் பெறுகிறது.

சீரற்ற முறையில் (அ) எந்தவித ஊக்குவிப்பு காரணிகளுக்கும் முக்கியத்துவம் அளிக்கப்படாததால், பாரபட்சமின்றி தேர்வுகள் நடைபெறுகின்றன. சுருங்கக்கூறின், நடுநிலையான மாதிரி முறைமையாக விளங்குகிறது.

பொதுவிதிகள் உருவாக்க வேண்டும் என்றால், நிகழ்தகவு முறையே சரியானதாய் விளங்குகிறது. இதனால் மக்கள் தொகையின் அளவானது துல்லியமாக எடுக்கப்பட வேண்டும். இதன் விளைவாகவே, பொதுவிதிகள் சரியான வகையில் பயன்படும்.

நிகழ்தகவற்ற மாதிரி:

இம்மாதிரி வகைகளில் "தேர்வு" என்கிற காரணி இல்லாது, எளிதான முறையில் ஆராய்ச்சியாளரின் வசதிக்கேற்ப மாதிரிகள் நிர்ணயிக்கப்படுகின்றன. மேலும் ஆராய்ச்சிக்குண்டானநேரமும், செலவும் குறைவாகவே உள்ளது. இவ்வகை மாதிரிகள் தேர்வு முறைகளுக்கு முக்கியத்துவம் அளிப்பது இல்லை. மேலும் இம்மாதிரிகள் ஒரு குறிப்பிட்ட மக்கள் தொகையின் பிரதிநிதித்துவமாகசெயல்படுவதும் அரிது. மேலும், இம்முறையின் மூலமாக தருவிக்கப் பெறுகின்ற ஆராய்ச்சி விளைபயன்கள் ஒரு தலை பட்சமாகவும் இருப்பதற்கு வாய்ப்பு உள்ளது.

சீரற்ற மாதிரிகளில் மக்கள் ஆராய்ச்சிக்கு தேர்ந்தெடுக்கப்படுவது மூன்று முறைகளால் செயல்படுத்தப்படுகிறது.

1. லாட்டிரி முறை

2. அட்டவணை எண்முறை

3. கணினி முறை

லாட்டிரி முறையில் 1000000 பணியாளர்களிடமிருந்து நமக்கு தேவையான 50 பணியாளர்களை தேர்வு செய்ய வேண்டுமென்றால்,

தாள்களில் 100 நபர்களின் பெயர்களை எழுதி அதை குலுக்கல் முறையில் தேர்வு செய்யப்படுகிறது.

அட்டவணை எண் முறையில், ஆராய்ச்சி தொடர்பான 100 நபர்களுக்கு எண்களை வழங்கி அதற்கென்ற வரிசைகள் உருவாக்கப்படுகிறது. பின்னர் எதாவது ஒரு வரிசையை தேர்வு செய்து ஆராய்ச்சி நடத்தப் பெறுகிறது.

கணினி முறையில், ஆராய்ச்சிக்குரிய மாதிரியில் இருக்கக்கூடிய நபர்களுக்கு என்று எண்களை வழங்கி அவ்வெண்களில் ஒற்றை படையையோ (அ) இரட்டை படையையோ கொண்டு வேண்டிய நபர்களை தேர்வு செய்யலாம். இம்முறைகளுக்கும் மேலாக தற்போது, பல நவீன முறைகள் கண்டுபிடிக்கப்பட்டுள்ளன. தொலைபேசி எண், வாக்காளர் பட்டியல் மற்றும் பல முறைகளில் மக்கள் தேர்வு செய்யப்பட்டு அவர்களுடைய கருத்துக்கள் பதிவு செய்யப்படுகிறது.

எளிய சீரற்ற மாதிரி:

சிறிய மக்கள் தொகை உள்ளவைகளுக்கு இம்முறை மிகுந்த பயனாகிறது. இம்மாதிரி வகையில் 100 நபர்கள் இருக்கின்ற பட்சத்தில், ஒவ்வொருவருக்கும் தேர்வு செய்யப்பட வாய்ப்பு உள்ளது. 300 பழங்குடியினர் ஒரு பகுதியில் வசிக்கிறார்கள் என்றால் அவர்களில் ஒவொருவருக்கும் தனித்துவம் உண்டு. குறிப்பிட்ட மக்கள் குழுமத்தில் யாவரேனும் நீக்கப்படும்போது, அது சீரற்ற முறையில் சேராது.

பின்னர் லாட்டிரி, அட்டவணை, கணினி முறைகளை பயன்படுத்தி நமக்கு தேவையான அளவு மாதிரியை தேர்வு செய்து கொள்ள முடியும்.

ஒரே வகையான மக்கள் தொகையாக இருக்கும் பட்சத்தில் இம்மாதிரி முறை அதிக பயனளிக்கிறது. மென் பொருள் நிறுவனத்தைப் பற்றி ஆராய்ச்சி செய்யும் பொது அங்கு பணி செய்பவர்களை மாதிரியாக கொண்டு விளைபலன்களை பெறலாம்.

பன்முகத்தன்மை கொண்ட மக்கள் தொகைக்கு இம்மாதிரி தகுந்தது அல்ல.

ஒரு பள்ளியில் உள்ள அத்துணை மாணவர்களையும் ஆராய்ச்சிக்காக உட்படுத்தும்போது, எளிய சீரற்ற முறை தகுந்ததாய் இருக்காது.

மேலும் சிறிய மக்கள் தொகை இம்மாதிரிக்கு தகுந்ததாய் விளங்குகிறது.

மக்கள் தொகையில் உள்ள அத்துணை நபர்களின் பெயர்களும் விவரங்களும் தேவையை உள்ளது.

வரிசைப்படுத்தப்பட்ட சீரற்ற மாதிரி:

ஆராய்ச்சியின் மாதிரி மூலம் கிடைக்கப்பெறும் முடிவுகள் துல்லியமாக கிடைப்பதற்கு இம்முறை பயன்படுத்தப்படுகிறது. ஒரு குறிப்பிட்ட மக்கள் தொகையை தேர்வு செய்து அதிலிருந்து காரணிகளை அடிப்படையாக கொண்டு துணை பிரிவுகள் உண்டாக்கப்பட்டு மாதிரிகள் தேர்வு செய்யபடுகின்றன.

பல்கலைகழகத்துமாணவர்களின் கருத்துகளை பதிவு செய்ய முனையும் பொது, முதலில் துறை வாரியாக பிரிக்கப்படுவார்கள், பின்னர், அத்துறையில், முதலாமாண்டு, இரண்டாம் ஆண்டு மாணவர்கள் என்று பிரித்து மாதிரி உருவாக்கபடுகிறது. இதன் மூலமாக துறை வாரியாகவும், ஆண்டு வாரியாகவும் பெறக்கூடிய அனுமானமுடிவுகள் சிறந்தவையாக இருக்கிறது. இவ்வகையான அடுக்குமுறை மாதிரிகள், புள்ளியல் திறனை மேம்படுத்துகிறது.

தகவல்கள் பலதரப்பட்டதாகவும், பொதுவானதாகவும் உள்ளது.

பல்வேறுபட்ட முறைகளை பயன்படுத்தி பகுப்பாய்வு செய்யவும் ஏதுவாக அமைகிறது.

பிரதான மக்கள் குழுமம் மட்டுமெல்லாது துணை குழுமத்தின் தகவலும் பெறமுடிகிறதென்பதால், விளை பயன்கள் உண்மைத்துவமாக அமைகிறது.

வயது, பாலினம், மதம், ஜாதி, பொருளாதார நிலை போன்ற காரணிகளை அடிப்படையாக கொண்டு தகவல் பெரும் பட்சத்தில் கனகச்சிதமாக முடிவுகள் நாம் பெற முடியும்.

பன்முகத்தன்மை கொண்ட மக்கள் தொகைக்கு இம்மாதிரிமுறை ஏற்றதாக உள்ளது.

விகிதச்சார அடுக்குமுறை மாதிரி:

குறிப்பிட்ட மக்கள் தொகையில் அனைத்து பிரிவுகளுக்கும் பிரநிதித்துவம் அளிப்பது இம்மாதிரி முறையாகும். ஒரு தொழிற்சாலை நிறுவனத்தில் 40 நபர்கள் உற்பத்தி துறையிலும், 20 நபர்கள் மனித வளத் துறையிலும், 30 நபர்கள் எழுத்தர் துறையிலும், 10 நபர்கள் கிடைமட்ட பணியாளராகவும் இருக்கிறார்கள்.

பணி	ஊழியர்கள்	விகிதாசாரம்
உற்பத்தி	40	0.4
மனித வளம்	20	0.2
எழுத்தர்	30	0.3
பணியாளர்	10	0.1
	100	

100 ஊழியர்கள் இருக்கிற பட்சத்தில், ஆராய்ச்சிக்கு 30 நபர்கள் வேண்டுமென்றால்;

அடுக்கு முறை		மாதிரி அளவு
உற்பத்தி	30 X 0.4	12
மனித வளம்	30 X 0.2	6
எழுத்தர்	30 X 0.3	9
பணியாளர்	30 X 0.1	3
		30

மேற்கூறிய முறையில் கணக்கிடும்போது மாதிரியில் அத்துனை துறையினரும் பிரதிநிதித்துவம் பெற்று பயன் அடைகிறார்கள்.

நன்மைகள்:

➢ அனைத்து பிரிவுகள், துணை பிரிவுகளும் பிரதிநிதித்துவம் பெறுகிறது.

➢ புள்ளியல் திறன் மேம்படுகிறது

➢ எளிதான வகையிலே நடத்தப்பெறுகிறது

விகிதாசாரமில்லா அடுக்கு மாதிரி:

ஆராய்ச்சிக்குண்டான மக்கள் குழுமத்தில், ஏதாவது ஒரு துணை பிரிவு முக்கியமானதேன்று அறியப்படும்போது, விகிதாச்சாரம்செய்யப்படாது, அம்மாதிரி உபயோகப்படுத்தப்படும். இதற்கு விகிதாசாரமில்லா அடுக்கு மாதிரி என்று பொருள்.

முன்னே குறிப்பிட்டுள்ளது போல, ஒவ்வொரு பிரிவிலும் உள்ள துணை பிரிவுகளின் விகிதம் இதற்கு தேவையில்லை. சில துணை பிரிவுகள், கண்கூடாகவே ஆராய்ச்சியாளருக்கு தெரிய வருகிறது. எடுத்துக்காட்டாக, பட்டியலினத்தவர்களில், 'அருந்ததியருக்கு ' சிறப்புசலுகைகள் குறிப்பிட்ட மாவட்டத்தில் அளிக்கப்படும்போது, நாம் ஒட்டுமொத்த பட்டியலினத்தவரையும் ஆராய்ச்சிக்கு உட்படுத்த வேண்டிய அவசியமில்லை. இவ்வாறு அரசாங்க திட்டங்கள், சலுகைகள், பிரச்சனைகள் போன்றவை எந்த மக்கள் குழுமத்தை பாதிக்கிறது என்பதை அறிந்து அதை மட்டும் ஆராய்ச்சி செய்கிறார்கள்.

பயன்பாடு:

⇨ ஒரு குறிப்பிட்ட மக்கள் குழுமம் மாதிரி, சிறியதாகவோ (அ) முக்கியமனதாகவோ துணை பிரிவை கொண்டிருக்கும் போது இம்மாதிரி பயன்படுகிறது.

⇨ சில துணை பிரிவுகள் பன்முகத்தன்மை பெற்றிருக்கும் போதும் இம்மாதிரி பெரியளவில் உபயோகப்படுகிறது

⇨ நேர அளவும் ஆராய்ச்சிக்கு குறைவானதாகவே தேவைப்படும்.

கொத்து மாதிரி முறைமை:

ஒரு குறிப்பிட்ட ஆராய்ச்சிக்குரிய பகுதியில், மக்கள் குழுமங்கள் பல தரப்பட்ட இடங்களில் வசிக்கும்போது அங்கே சீரற்ற முறையில் மக்கள் குழுமத்தை அறிகிறார்கள். ஒவ்வொரு மாதிரி பகுதியும் மக்கள் குழுமம் இருக்கும் பகுதியாகவும், பின்னர் ஒவ்வொரு மாதிரி பகுதியிலிருந்தும் மக்கள் சீரற்ற முறையில் தேர்வு செய்யப்படுகிறார்கள். எடுத்துக்காட்டாக, ஒரு நகரத்தில் இருக்கக்குடிய 500000000 இல்லதரசிகளில், 500 நபர்களை நேர்காணல் செய்ய வேண்டுமெனில், அந்த நகரம், வார்டுகள் (அ) Block போன்ற பிரிவுகளை கணக்கில் எடுத்துக் கொள்ளலாம். சராசரியாக ஒரு வார்டுக்கு 300 பெண்மணிகள் என்று எடுத்துக் கொள்ளும் போது, 5 வார்டுகளில் நமக்குரிய சராசரியும் ஒட்டு மொத்த மாதிரியும் கிடைத்து விடுகிறது. அதிகமாக பதிலளிப்பவர்கள் வேண்டுமெனில் வார்டு எண்ணிக்கையை பொருத்து நபர்களை தேர்வு செய்யலாம் .

கொத்து மாதிரி என்பது, ஆராய்ச்சிக்குண்டான தலைப்பை பொறுத்து நபர்களை தேர்வு செய்யும் இடம் வேறுபடுகிறது. மாணவர்களை தேர்வு செய்ய வேண்டுமெனில், கல்லூரிகளையோ, பல்கலைகழகத்தையோ கொத்து மாதிரியாக கொள்ளலாம். மாவட்டத்தில் உள்ள பயிற்சி மையங்களை கணக்கில் கொள்ளலாம்.

பரப்பு மாதிரி:

இவ்வகை மாதிரி முறைமை, கொத்து மாதிரியின் பிரிவாக விளங்குகிறது. பெரியளவு ஆராய்ச்சிகளில், பூகோள பிரிவுகளாக மாவட்டங்கள், தாலுகா மற்றும் கிராமங்கள் ப்ளாக் போன்றவைகள் கணக்கில் எடுத்து கொள்ளப்படுகின்றன. இவ்வாறு பூகோள அமைப்பில் ஆராய்ச்சி செய்யப்படுகிற போது அது பரப்பு மாதிரி முறைமை என அழைக்கப்படுகிறது.

எ.கா, ஒரு நகரத்தில் உள்ள இல்லத்தரசிகளை கருத்து கணிப்பு நடத்துகிறபொது, அந்நகரத்தின் வரைபடத்தை எடுத்துக்கொள்ள வேண்டும்,

அவ்வரைபடத்தை 100 பிரிவாக (அ) சதுரமாக பிரிக்கலாம்.

இல்லத்தரசிகள் இல்லாத வர்த்தக மையங்களை விட்டு விடலாம். எ.கா, 30 சதுரங்களை அவ்வரைபடத்தில் கணக்கில் எடுத்துக்கொள்ள வேண்டாம்.

ஏனைய மற்ற சதுரங்களை "எண்கள்" மூலம் குறிப்பிடலாம். ஒவ்வொரு சதுரத்திலும் சராசரியாக உள்ள வீடுகளை கணக்கிடலாம். ஒரு சதுரத்தில் 80 என்று வைத்துக்கொள்ளலாம். எடுக்கப்பட வேண்டிய மொத்த மாதிரி 640 என்று கொண்டால், 8 சதுரத்தை நாம் கணக்கில் கொள்ள வேண்டும்.

இருக்கக்கூடிய சதுரங்களில் 8 சதுரத்தை சீரற்ற முறையில் கணினி மூலமாகவோ, அட்டவணை மூலமாகவோ நமக்கு வேண்டிய கூட்டுத்தொகையை நாம் தேர்வு செய்து கொள்ளலாம்.

பல கட்ட மாதிரி:

பெரிய அளவு மாதிரியிலிருந்து, துணை மாதிரியை உருவாக்கும் போது, பல கட்ட மாதிரி முறை என அழைக்கப்படுகிறது. இம்மாதிரி முறையானது, கூடுதலாக தகவல் அறிவதற்கு பயன்படுகிறது. பிரதான மாதிரியிலிருந்து, துணை மாதிரி உருவாக்கப்பெறுவதால் "தொடர்வு மாதிரி "யாகவும் அழைக்கப்படுகிறது. பிரதான மாதிரியின் மூலம் தகவல் திரட்டப்படும், அதே நேரத்தில் துணை மாதிரியிலிருந்தும், தகவல் திரட்டப்படுகிறது.

நிகழ்தகவல்லாத மாதிரி முறைகள்:

நாம் ஏற்கனவே குறிப்பிட்டுள்ளது போல, இப்பிரிவில் தேர்வு செய்யும் மாதிரி முறையாக, பிரதிநிதித்துவ மாதிரியாக அமையாது. சில முக்கியமான மாதிரி முறைகளை நாம் இப்பகுதியில் பார்ப்போம்.

வசதிக்கேற்ற மாதிரி முறை:

ஒரு குறிப்பிட்ட மக்கள் தொகையை நிர்ணயிக்க முடியாத பட்சத்தில், மேற்கூறிய மாதிரி முறை பயன்படுத்தப்படுகிறது. இவ்வகையில், மாதிரியானது "குத்துமதிப்பாக" தேர்வு செய்யப்படுகிறது. காணும் இடங்களில் (அ) கண் பார்வையில் படுகிறபோது, நாம் குறிப்பிட்ட மக்கள் குழுமத்தை நேர்காணல் செய்யலாம். ஆராய்ச்சியாளரின் சௌகரியத்திற்கேற்ப, மாதிரியானது நிர்ணயிக்கப்படுகிறது. எ.கா. நரிக்குறவர்கள், ஆதிவாசிகள், திருநங்கைகள் போன்றோருக்கு நிரந்தர இடம் இல்லாததால், இவர்கள் இருக்கும் (தற்காலிக) இடங்களில் சென்று எதிர்படுபவர்களை நாம் கருத்து கணிப்பிற்கு உட்படுத்தலாம். இம்மாதிரி, "விபத்து மாதிரி "யாகவும் பெயரிட்டு அழைக்கப்படுகிறது. பிரதிநிதித்துவம் இல்லாமையாலும், ஒரு தலை பட்சமாக இருப்பதாலும், பெறக்கூடிய தகவல்களின் நம்பகத்தன்மை கேள்விக்குள்ளாகிறது.

தேவை சார்ந்த மாதிரி முறை:

இம்மாதிரி முறையில் குறிப்பிட்ட மக்கள் தொகையை அளவுகோல் கொண்டு நிர்ணயிக்காமல், ஆராய்ச்சியாளரின் முடிவுத்தன்மையை கொண்டு நிர்ணயிக்கப்படுகிறது. எ.கா., ஒரு மாவட்டத்தில் குறிப்பிட்ட தொழிற்சாலை நிறுவனங்களில், வெற்றிகரமாக உற்பத்தியை அளித்து வரும் நிறுவனத்தை அனைவரும் அறிவர். அவ்வாறு முன்னேற்றத்தை சந்தித்து வரும் தொழில்நிறுவனத்தின் திறன் மேம்பாடு மற்றும் யுக்திகளை அறிய, அந்நிறுவனத்தை மட்டும் நாம் மாதிரியாக எடுத்துக்கொள்ளலாம். ஒரு மாவட்டத்தில் 15 நிறுவனங்கள் இயங்குகிறபோது, ஏனைய மற்ற நிறுவனங்களை மாதிரியாக எடுக்க வேண்டிய அவசியமில்லை.

இதன் மூலம் நேரம் மற்றும் நிதி விரயத்தை ஆராய்ச்சியாளர்கள் குறைப்பதுண்டு.

பனிபந்து மாதிரி முறை:

ஒரு குறிப்பிட்ட மக்கள் தொகையை ஆராய்வு செய்ய முனையும் போது, முதலில் கிடைக்கக்கூடிய 'குறைந்தளவு மக்களை 'ஆராய்வு செய்வதுண்டு. பின்னே, அவர்களிடம் நண்பர்கள் பட்டியலைக்கொண்டு ஒரு மாதிரியை உருவாக்கி ஆராய்ச்சி மேற்கொள்ளப்படும். எ.கா., திருநங்கைகளின் சமூக வாழ்க்கையை பற்றி ஆய்வு செய்ய முற்படும்போது, ஒரே இடத்தில்அவர்களை பார்ப்பதோ, பேசுவதோ சிரமம். யாவரேனும் 2 (அ) 3 நபர்களின் துணை கொண்ட ஏனைய மற்ற நபர்களை தொடர்பு கொண்டு மாதிரி உருவாக்கப்படுகிறது. இது ஒரு தொடர் சங்கிலி போன்ற முறையை உட்படுத்தியது. சமூக மற்றும் கருத்து கணிப்பு சார்ந்த ஆராய்ச்சிகள் இம்மாதிரியின் துணைக்கொண்டு நடத்தப்பெறுகிறது.

முக்கியமாக நாம் காண விழையும் மக்கள் குழுமம் ஒரே இடத்தில இல்லாத பட்சத்தில், இம்மாதிரி முறை மிகுந்த பயன்பாடுடையது. மேலும், மக்கள் தொகை குறைவாக உள்ள ஆராய்வு, இம்மாதிரி முறையை பயன்படுத்துகிறது.

வெளிநாட்டில் வாழும் மக்களின் பிரச்சனைகளையும் இம்மாதிரி முறையின் துணை கொண்டு ஆராய்வு செய்யலாம்.

இயல்-7
தகவல் திரட்டல்

நாம் எடுத்துக்கொள்ளும் ஆராய்ச்சி கேள்விகளுக்குண்டான பதில்களை தகவல் திரட்டலின் மூலம் பெறலாம்.

ஆராய்ச்சி பகுப்பாய்விற்கு பயன்படக்கூடிய கடந்த காலம், நிகழ் காலம் ஆகியவை சிறந்த உண்மைகளும் புள்ளி விவரங்களும், தகவல் என அழைக்கப்படுகிறது.

எ.கா.மக்கள் தொகை மாதிரியின் இனம், வயது, சமூக வகுப்பு, மதம், வருமானம்,

குறிப்பிட்ட தலைப்பிற்கான மக்கள் கருத்து (உதாரணத்திற்கு ஸ்காட்லாண்டு பிரிட்டனுடன் இணைந்து இருக்க வேண்டுமா? இல்லையா?)

மாணவர்களின் திறனாய்வை கண்டறிய குறிப்பிட்ட பாடத்தில் அவர்கள் எடுத்த மதிப்பெண் விவரம்.

குறிப்பிட்ட தேர்தலில் வெற்றி பெறப்போவது யார் ? என்பதற்கான கருத்து கணிப்பு.

வாசிப்பு சர்வேயின் மூலம் மக்கள் விரும்பும் பத்திரிக்கை பகுதி.

மேலாண்மை அதிகாரிகளின் லட்சியங்கள்

ஒரு குறிப்பிட்ட பொருளைப் பற்றிய மக்களின் கருத்து

ஒரு தலைவரையோ (அ) கட்சியையோ பற்றிய கருத்து கணிப்பு.

அரசாங்க அமைப்புகள் செயல்படக்கூடிய தன்மை மற்றும் பணி சார்ந்த தகவல்கள்.

குறிப்பிட்ட நல திட்டத்தின் வெற்றி மற்றும் மக்கள் கருத்து.

இன்னும் பல.

தகவல் வகை:

சமூக அறிவியல் ஆராய்ச்சியாளர்களின் தகவல் திரட்டல் மூன்று பெரும் வகைகளாக உள்ளது.

1. மனித இனம் சார்ந்த தகவல்

2. அமைப்புகள் சார்ந்தது

3. பரப்பெல்லை சார்ந்த தகவல்

1. மனித சமூகம் சார்ந்தவை பின்வருமாறு பிரிக்கப்படுகின்றது:

சமூக பொருளாதார நிலை, வயது இனம், சமூக வகுப்பு, மதம் திருமணநிலை, கல்வி, வேலை, வருமானம், குடும்ப அளவு, இடம் வாழ்வு முறை போன்றவைகள் ஆகும்.

நடத்தைமாறிகள், மனப்பாங்கு கருத்து, விழிப்புணர்ச்சி, அறிவு, பயிற்சி, நோக்கம் ஆகும்.

2. அமைப்பு சார்ந்த தகவல்:

ஒரு அமைப்பின் தொடக்கம், தலைமை, நோக்கங்கள், வளங்கள், செயல்பாடுகள், முன்னேற்றம் மற்றும் வளர்ச்சி.

நிலபரப்பு தகவல்கள், பூகோள பண்புகள், வளங்கள், மக்கள், புவியமைப்பு, பொருளாதார அமைப்பு, வளர்ச்சியின் அளவு மற்றும் கிராம நகர தாலுகா மாவட்ட மாநில தேச பரப்பெல்லைகளை உள்ளடைக்கியது ஆகும்.

தகவல் மூலங்கள்:

1. முதன்மை தகவல் மூலங்கள்

2. இரண்டாந்தர தகவல் மூலங்கள்

முதன்மை தகவல் மூலங்கள்:

முதல் தர தகவல் என்பது உண்மைத்துவமானது. மேலும், நேரடியாக நேர்காணல் மூலம் குறிப்பிட்ட தலைப்பையொட்டி பதில்களை பதிவுகள் செய்து, நம்பகத்தன்மையும், துல்லியத்தன்மையும் உருவாக்கப்படுகிறது. மேலும் இவ்வகை தகவல்கள் நேர்காணல் பார்வையிடல், மற்றும் இணைய வழியாகவும் பெறப்படுகிறது.

முறைகள்:

முறை என்பது கருவியிலிருந்து வேறுபடுகிறது. முறை என்பது தகவல் திரட்டுவதற்கு உண்டான வழியாகும். கருவி என்பது தகவல் திரட்டும் முறைமையில் உதவுவது ஆகும். நேர்காணல் முறையில் கேள்வித்தாள் என்பது ஒரு கருவியாக பயன்படுகிறது.

பல்வேறு தகவல் திரட்டு முறைமைகளாவன:

⇨ பார்வையிடல்

⇨ நேர்காணல்

⇨ கணக்கெடுப்பு

⇨ பரிசோதனை முறை

⇨ உருவகப்படுத்தல்

⇨ திட்டமுறை

தகவல் திரட்டும் தேர்வு முறைகள்:

மேற்கூறிய 6 முறைகளில் ஆராய்ச்சிக்கு ஏற்றவாறு முறைகள் மாறுபடுகின்றன. ஆராய்ச்சி வடிவம் உருவாக்கும் போது, நாம் எந்த

முறையை பயன்படுத்துவது என்று முடிவு செய்யப்படுகிறது. பின் வருபவை தகவல் திரட்டும் முறையை நிர்ணயிக்க பயன்படுகிறது.

ஆராய்ச்சி பாடத்தின் இயல்பு:

ஆராய்ச்சிக்குண்டான தலைப்பு மக்கள் கருத்தையோ(அ)விருப்ப பங்கையோ ஒட்டியிருப்பதால் நேர்காணல்/அஞ்சல் வழிமுறைகளை பயன்படுத்தி தகவல்களை திரட்டலாம்.பதிலளிப்பவர்களின் கல்வி தகுதியைப் பொருத்து இத்திரட்டல் அமைகிறது. 'பாதிப்பை ' ஒட்டிய ஆராய்ச்சித் தலைப்பிற்கு பரிசோதனை முறையையும் நடத்தை ஒட்டிய தலைப்பிற்கு 'பார்வையிடல் முறையையும் பயன்படுத்தலாம்.

விசாரணை அலகு:

விசாரணைக்குரிய அலகானது தனி மனிதராகவோ, வீடுகளாகவோ, நிறுவனமோ (அ) ஒரு குழுமமாகவோ இருக்கலாம். வீடுகளிலிருந்து தகவல் திரட்டுவதற்கு நேர்காணல் முறையே சிறந்தது. நிறுவனங்களிலிருந்து தகவல் திரட்டுவதற்கு அஞ்சல் கணக்கெடுப்பு உகந்ததாக உள்ளது. மேலும், குழுமங்களிடமிருந்து தகவல் திரட்டுவதற்கு 'பார்வையிடல்' முறை பயனாகிறது.

மாதிரியின் அளவு மற்றும் பரப்பு:

நாம் தேர்ந்தெடுத்திருக்கும் ஆராய்ச்சி மாதிரி சிறியதாகவும், கட்டுகுள்ளாகவும் இருக்கும் பட்சத்தில் நேர்காணல் முறை சரியாதாக உள்ளது. பெரியளவு உள்ள ஆராய்ச்சி மாதிரிகளுக்கு அஞ்சல் வழி தகவல் திரட்டல் பொருத்தம் ஆகும்.

கணக்கெடுப்பு அளவுகோல்:

பெரியளவு கணக்கெடுப்பு இருக்கும் பட்சத்தில் தகவல் திரட்டல் அஞ்சல் வழியாகவோ (அ) நேர்காணல் மூலமாகவோ திரட்டலாம்.

பதிலளிப்பவர்களின் கல்வி தகுதி:

சிறிய அளவில் இருக்கக்கூடிய படித்தவர்கள் மட்டுமே இருக்கும் மாதிரிக்கு அஞ்சல் கணக்கெடுப்பு சிறப்பாக அமைகிறது. கல்வி தகுதி குறைவாகவோ (அ) படிக்காதவர்கள் இருக்கக்கூடிய கிராமப்பகுதி மற்றும் குடிசை வாழ் பகுதிகளுக்கு நேர்காணல் முறை தகவல் திரட்டல் நன்று.

தகவலின் வகை மற்றும் ஆழம்:

பொதுவான சிறிய வகை தகவல் திரட்டலுக்கு நேர்காணல் (அ) அஞ்சல் வகை போதுமானது. இதுவே தனிப்பட்ட அனுபவங்களையும் உணர்வுப்பூர்வமான ஆராய்ச்சி தலைப்புகளுக்கும் உள்ளார்ந்த நேர்காணல் முறை பயன்படுத்துதல் அவசியமாகிறது.

நடத்தை, கலாச்சாரம், வாழ்வு முறை போன்ற ஆராய்ச்சி தலைப்புகளுக்கு "பார்வையிடல்" முறை வேண்டியதாய் உள்ளது.

திறன் வாய்ந்த பயிற்சி பெற்ற மனித வளம்:

பெரியளவு பொதுவான கணக்கெடுப்பு செய்வதற்கும் கடினமான கேள்விகளை உள்ளடக்கிய ஆராய்ச்சி தலைப்பிற்கும் 'நேர்காணல் முறை" பயன்படுகிறது.

துல்லியத்தன்மை மற்றும் பிரநிதித்துவ தகவல்:

ஆராய்ச்சிக்கு தேவையான தகவல்கள் துல்லியதன்மையுடன் வேண்டுமென்றால் அனைத்து அளவிலும் பிரநிதித்துவம் உள்ள "நேர்காணல் முறையை" பயன்படுத்தி தகவல் பெறலாம்.

பார்வையிடல் முறை:

பெருவாரியான அறிவியல் ஆராய்ச்சி பார்வையிடல் மூலமாக பெரும் வெற்றி பெறுகிறது. மேலும், நம் கண்களின் மூலம் ஆராய்ச்சி முடிவுகளை பார்க்க முடிவதால் பெரும் பிரசித்தி பெற்று விளங்குகிறது.

சமூக அறிவியலில் பார்வையிடல் சிறந்த பங்கு வகிக்கிறது. சாதாரண பார்வை, ஆராய்ச்சி பார்வையிலிருந்து வேறுபடுகிறது.

தகவல் திரட்டலுக்காக ஒரு குறிப்பிட்ட சூழ்நிலையை ஏற்படுத்தி நடைபெறும் நிகழ்வை முறையாக பார்பதற்கு "பார்வையிடல்" என்று பெயர். மேலும், பார்த்து தகவல் திரட்டுவதற்கு மட்டுமல்லாது முறையாக கேட்கும் நிகழ்வுகள் பதிவு செய்யப்படுகிறது. அறிவியல் ஆராய்ச்சியில் "பார்வையிடல்" என்பது பழமை வாய்ந்த முறையாக கருதப்படுகிறது. கலிலியோ, எடிசன், நியூட்டன், கோபெர்நிகிஸ், சாணக்கியர் போன்றோர் முறைமையான பார்வையிடல் மூலமாகவே தங்கள் ஆராய்ச்சி விளை பயன்களை உலகிற்கு அறிமுகம் செய்துள்ளனர்.

மேலும் பார்வையிடல் கருதுகோள்களை உருவாக்குவதற்கும், பரிட்சயம் செய்து பார்ப்பதற்கும் உதவுகின்றது. நடத்தை வல்லுனர்கள், சிறு குழுமங்களுகிடையே நடைபெறும் பதிவுகளை பார்வையிடுகின்றார்கள், அரசியல், அறிவியல் வல்லுனர்கள், தலைவர்களையும், அரசியல் நிறுவனங்களையும் பார்வையிட்டு தங்கள் ஆராய்ச்சியை நடத்தப் பெறுகிறார்கள்.

வெப்ஸ் பெருமகனார் கூறுவது போல அனைத்து சமூக ஆராய்ச்சியும், பார்வையிடல் மூலமாகவே தொடங்கவும் முடியவும் செய்கின்றது.

மனிதர்களுக்கிடையேயான சம்பாஷணைகளையும், பகிர்வையும், மனப் போராட்டங்களையும் பார்வையிட்டு ஆராய்சியாளர்கள் தங்கள் ஆராய்ச்சிக்குண்டான தேவைகளை பூர்த்தி செய்கிறார்கள்.

பார்வையிடல் அறிவு பூர்வமாக இருக்க வேண்டுமெனில் பின்வரும் காரணிகள் அவசியமாகிறது.

⇨ ஆராய்ச்சி தலைப்பை ஒட்டி பயன்படுத்துதல்

⇨ திட்டவட்டமான உருவாக்கம்

⇨ முறையாக பதிவு செய்தல்

⇨ நம்பகத்தன்மையும், உண்மைதன்மைக்குமான கட்டுப்பாடுகளுக்கு ஒத்துவருதல்.

பார்வையிடல் இயல்புகள்:

ஆராய்ச்சி பார்வையிடலுக்கு பல்வேறு சிறப்பியல்புகள் காணப்படுகின்றன.அவை பின் வருமாறு:

➤ பார்வையிடல் என்கிற ஆராய்ச்சி நிகழ்வானது . உடல்ரீதியானதாகவும், மனரீதியானதாகவும் விளங்குகிறது. ஒரு மக்கள் குழுமத்தின் கலாச்சார நிகழ்வுகளை பதிவு செய்ய முனையும்போது பார்வையாளரின் கண் பார்வை பல இடங்களில் பதிகிறது. ஆனாலும் அவரின் மனம் தனக்கு வேண்டிய தகவல் பதிவில் முழுமையாக இருக்கிறது.

➤ ஒரு பார்வையாளர்,நிகழ்வின் அத்துணை பரிமாணங்களையும் படம் பிடித்தாலும் ஆராய்ச்சியின் இயல்பு எல்லை மற்றும் இலக்குகளிலிருந்து தவறுவது கிடையாது.

➤ பார்வையிடல் தேவையின் அடிப்படையில் நடத்தபெருகிறது. மேலும், இலக்கை நோக்கியே முழு பதிவும் விளங்குகிறது.

➤ குறிப்பிட்ட மனிதர்களின் நடத்தையை இயற்கை மற்றும் சமூக சூழ்நிலையில் படம் பிடிப்பதாகவும் உள்ளது.

➤ ஆராய்ச்சிக்கு பங்கு பெறுபவர்களின் சமூக உறவுகளை பாதிக்கின்ற முக்கிய நிகழ்வுகள் பதிவு செய்யப்படுகிறது.

பார்வையிடலின் வகைகள்:

பின்வருபவை ஆராய்ச்சிக்குண்டான தகவல் திரட்டலுக்கு பயன்படும் பார்வையிடல் வகைகளாகும்.

⇨ பங்கு பெறுபவர் பார்வையிடல்

⇨ பங்கு பெறாத பார்வையிடல்

⇨ நேரடி பார்வையிடல்

⇨ கட்டுப்பாடுள்ள பார்வையிடல்

⇨ கட்டுப்பாடில்லா பார்வையிடல்

பங்கு பெறுபவர் பார்வையிடல்:

இவ்வகை ஆராய்ச்சிகளில் பார்வையாளர்கள் தகவல் திரட்டலுக்கு மட்டுமல்லாமல் பங்கு பெறுபவர்களாகவும் உருமாறி மக்கள் குழுமத்துடன் கலந்து விடுகின்ற சூழ்நிலை ஏற்படுவதுண்டு.

அந்தமான் நிகோபார் தீவுகளில் பல்வேறு இனங்கள் காணப்படுகின்றனர். இவ்வாறு மக்கள் குழுமங்களை ஆராய்ச்சிசெய்ய முற்படும்போது தன்னுடைய அடையாளத்தை ஆராய்ச்சியாளர்கள் வெளி கூறுவதில்லை. இதன் விளைவாக உண்மையான ஆராய்ச்சி விளைபயன்கள் கிடைக்கப்பெறலாம். இவ்வாறாக பார்வையாளரை பார்க்க வந்த(அ) ஆராய்ச்சி செய்ய வந்த மக்கள் குழுமத்தில் பங்கு பெறும்போது, உணர்வுகளையும், வெளிப்பாடுகளையும், உள்ளார்ந்த பார்வையும், எதிர்கொள்ள நேரிடுகிறது. மேலும், தகவல் திரட்டலும், உண்மைத்துவம் வாய்ந்ததாக அமைகிறது.

பங்கு பெறாத பார்வையிடல்:

ஒரு ஆராய்ச்சிக்காக குறிப்பிட்ட மக்கள் குழுமத்தின் நடவடிக்கைகளை அவர்களுக்கு தெரியாமல் பார்வையிட்டு தகவல் திரட்டுவது இம்முறையாகும். உணர்வுப்பூர்வமான வெளிப்பாடுகள் இம்முறையில் அமையாது.

நேரடி பார்வையிடல்:

குறிபிட்ட மக்கள் குழுமத்தின் நடத்தையையோ(அ) சமூகம் சார்ந்த கலாச்சார நிகழ்வுகளையோ நேரடியாக சென்று தகவல் திரட்டுவது ஆகும். இம்முறை மிகவும் எளிதாகவும், நீட்சித்தன்மையுடையதாகவும் அமைகிறது. எ.கா., ஜல்லிக்கட்டு, காளை முடுக்குவிழாவில் நீங்கள் பதிவு செய்து தகவல் திரட்டலாம்.

மறைமுக பார்வையிடல்:

ஆராய்ச்சியாளர்கள் நேரடியாக உரிய இடத்திற்கு செல்லாமல் செவி வழி பதிவையோ (அ) காணொளி காட்சி பதிவின் மூலமாகவோ தகவல் திரட்டலாம். ஒரு தொழிற்சாலையில், சுத்தத்திற்கு பணியாளர்கள் முக்கியத்துவம் அளிக்கும் அளவை மறைமுகமாக காணோலியின் மூலமாக பதிவு செய்து தகவல் திரட்டலாம். இம்மாதிரியான தகவல் திரட்டல் உண்மைத்துவம் வாய்ந்ததாகவும், துல்லியமானதாகவும், பாரபட்சமில்லாமலும் உள்ளது.

கட்டுப்பாட்டு பார்வையிடல்:

இவ்வகை தகவல் திரட்டல் பரிசோதனை ஆராய்ச்சியில் பயன்படுத்தப்படுகிறது. குறிப்பிட்ட நிகழ்வை பதிவு செய்வதற்கு காலம், நேரம் மற்றும் சூழ்நிலை அளவுகோல்கள் போன்றவைகளை நிர்ணயம் செய்து முன்கூறிய ஆராய்ச்சி வடிவமைப்பை ஏற்படுத்த வேண்டும். கருதுகோள்களை பரிசோதனை செய்து பார்ப்பதற்கு இவ்வகையான தகவல் திரட்டல் அதிகம் பயன்படுகிறது.

கட்டுபாடற்ற பார்வையிடல்:

இவ்வகையான தகவல் திரட்டல் எவ்வித கட்டுப்பாடுகளும் இன்றி நடக்கும் பார்வையிடல் ஆகும். நேரம், காலம் மற்றும் அளவுகோல் போன்றவை எதுவும் இப்பார்வையிடலில் நிர்ணயிக்கப்படுவது இல்லை.

பரிசோதனை தகவல் திரட்டல்:

மாறிகளுக்கிடையேயான காரண உறவுகளை கண்டறிய பரிசோதனை முறை மிகவும் உதவுகிறது. ஒரு சுதந்திரமான மாறியானது சார்பு மாறியை எவ்வாறு பதிகிறது என்பதை இதன் மூலம் ஆராய்ச்சி செய்யலாம். அரசியல் சட்டம் அனைத்து கல்வி நிறுவனங்களுக்கும் அறிமுகம் செய்து மாணவர்களின் விழிப்புணர்ச்சி தொடர்பாக ஆராய்ச்சியாளர் தகவல் திரட்டலாம். பின்வருவன வழிமுறைகளாக பயன்படுகிறது.

> முதலில் கருதுகோள்களை உருவாக்கி, சுதந்தர மாறிகளையும், சார்பு மாறிகளையும் வேறுபடுத்தவும்.

> இரண்டாவதாக மாறிகளுக்குண்டான அளவுகோல்களை நிர்ணயிக்கவும்.

எ.கா.100 நாள் வேலை திட்டம்-இத்திட்டத்தில் வயது அடிப்படையில் பார்க்கும்போது, குறிப்பிட்ட வயதுடையவர்கள் அதிகம் பயன்பெறுவார்கள். அதை கண்டறிய "வயது" என்னும் சுதந்திர முறையை தேர்வு செய்யவும். பின்னே இரண்டு, மூன்று குழுக்களை பரிசோதனைக்கு உட்படுத்தி சார்பு மாறியையும் நாம் அளந்து தகவல் திரட்டலாம்.

> பரிசோதனைக்குண்டான சூழ்நிலை யதார்த்தமானதாக இருக்குமாறு பார்த்துக் கொள்ள வேண்டும். இயற்கைக்கு புறம்பாக சூழ்நிலை அமையும்போது நாம் எதிர்பார்க்கும் உண்மையான விளை பயன்கள் நமக்கு கிடைக்காமல் போய்விடும்.

> பரிசோதனைக்கு முன்பாக காணொளி பதிவுகள் அவசியம். இதன் விளைவாக நமக்கு ஆராய்ச்சி முடிவுகளின் உண்மைத்தன்மை தெரியவரும்.

நேர்காணல் முறை:

ஒரு குறிப்பிட்ட ஆராய்ச்சித் தலைப்பிற்காக ஆராய்ச்சியாளர்களும், பதிலளிப்பவர்களுக்கும் இடையே நடைபெறும் உரையாடலோ, தகவல் பரிசோதனையோ "நேர்காணல்" என அழைக்கப்படுகிறது.

உரையாடல் மட்டுமல்லாது பதிலளிப்பவரின் முக அசைவுகள், நடவடிக்கைகள், சூழ்நிலை போன்றவையும் கணக்கில் கொண்டு பதிவு செய்யப்படுகிறது.

முகத்தின் நேராகவோ, தொலைபேசி மற்றும் கட்டமைக்கப்பட்ட (அ) கட்டமைக்கப்படாத கேள்வித்தாள்களின் மூலமாக இம்முறை தகவல் திரட்டலில் பிரதானமாக அமைகிறது.

ஏனைய மற்ற முறைகளைவிட நேர்காணல் முக்கியத்துவம் வாய்ந்ததாக கருதப்படுகிறது. எழுதுவதை விட மக்கள் உரையாடுவதையே விரும்புவர். இது போன்ற தருணங்களில் ரகசியமான தகவல்களும் பரிமாற்றப்படுவது இயல்பான சூழ்நிலையைப் பொறுத்தது.

புள்ளியல் தொடர்பான தகவல்களுக்கு ஊன்றுகோலாக அமைவது நேர்காணல் முறையாகும்.

நன்மைகள்:

➢ உண்மையான தகவல்களை நேரடியாக எந்த ஒளிவுமறைவின்றி பெற முடிகிறது.இணைய அஞ்சல் மூலமாக தகவல்கள் பெறும்போது இல்லாத நம்பகத்தன்மையும், உண்மைத்தன்மையும் நேர்காணலின் போது கிடைக்கப்பெறுகிறது.

➢ நேர்காணலின் போது சூழ்நிலையோ, புரிதலோ, எதிர்மறையாக இருக்கும் பட்சத்தில் அதை மாற்றுவதற்கு முடிகிறது. பதிலளிப்பவர்களை தூண்டியும், சாந்தப்படுத்தியும், எடுத்துரைத்தும் நாம் தகவல்களை பெறும்போது அம்முறை திருப்தி அளிக்கிறது.

➢ மேலும், நேர்காணலின் போது பதிலளிப்பவர்கள் இருக்கும் இடத்திற்கே சென்று தகவல் திரட்டப்படுவதால் அவர்களின் பொருளாதார நிலையையும், இதர சூழ்நிலைகளையும், வாழ்வாதரங்களையும் பார்வையிட முடிகிறது.

➢ மேலும், பதிலளிப்பவர்கள் சுமுகமாக பதிலளிக்க ஒலிபெருக்கி, பதிவு உபகரணங்களை பயன்படுத்தும் பட்சத்தில் நமக்கு வேண்டிய தகவல்களை நாம் கிடைக்கப் பெறலாம்.

➢ கிடைக்கபெறும் தகவல்கள் உண்மையானதா, துல்லியமானதா என்பதை அறிவதற்கு நாம் பார்வையிடல் மூலமாகவும், புலனாய்வு மூலமாகவும் பலனடையலாம்.

> தனிப்பட்ட முறையில் நேர்காணல் செய்யும் பட்சத்தில் சுமுகமான சூழ்நிலை உருவாக்கப்பெறக்கூடிய தகவல்கள் உண்மையாக இருக்கப்பெறுகிறது.

இயல்புகள்:

> நேர்காணலில் பங்குபெறுபவர்கள் புதியவர்களாக இருப்பதால் இருவருக்கும் தங்களை அறிமுகப்படுத்தும் சூழ்நிலை உருவாகிறது.

> குறைந்த கால அளவே இவ்வளவு முறை நீடிப்பதால், ஆராய்சியாளர்கள் நம்பகத்தன்மையை ஏற்படுத்த கடமைப்பட்டுள்ளார்கள்.

> நேர்காணல் என்பது வாழ்வில் பார்த்த முகவரி கேட்பது போல் அல்லாது, ஒரு உயரிய நோக்கத்துடன் நடத்தப்பெறும் உரையாடலாகும்.

> மேலும் நேர்காணல் முறையில் சில ஒவ்வாத சூழ்நிலைகளில் தொலைபேசி மற்றும் அஞ்சல் மூலமாகவும் தகவல்கள் கிடைக்கப் பெறுவதை நாம் கருத்தில் கொள்ள வேண்டும்.

> ஒருவருக்கு ஒருவர் என்பதோடு மட்டுமல்லாது நேர்காணல் என்பது ஒரு குறிப்பிட்ட குழுமத்தையோ, கும்பலையோ தயார் செய்து தகவல்கள் பெறப்படுகிறது.

நேர்காணலின் விளக்கம்:

கட்டுமான நேர்காணல்:

இவ்வகை நேர்காணல் முறைமையில் கேள்விகள் விலாவரியாக காணப்படும். பல அடுக்கு நேர்காணலில் தகவல்கள் ஒன்றோடொன்று ஒப்பிட்டு பார்க்கும்படியாகவும் காணப்படும். கேள்விகள் அனைத்தும் ஒரே மாதிரியாக இருப்பதால் கிடைக்கப்பெறும் தகவல்கள் நம்பகத்தன்மையுடாக இருக்கும். பெருமளவு நடத்தபெறும் ஆய்வில் இவ்வகையான நேர்காணல் முறை மிகுந்த

பயனுடையதாக அமைகிறது. அடுக்கடுக்கான நேர்காணலில் ஒரு முறை கிடைக்கபெறும் தகவலானது ஒப்பிடுவதற்கு பயன்படுகிறது. மேலும், ஆராய்ச்சியாளர்களின் நோக்கமானது சிதறாமல், வீணடிக்கப்படாது, நேரத்தையும் மிச்சபடுத்துவதாக உள்ளது.

கட்டுமானமல்லாத நேர்காணல் முறை:

இவ்வகையான நேர்காணல் முறையில் கேள்விக்குண்டான பதில்கள் பரவலாக எதிர்பார்க்கப்படுகிறது. முந்தைய முறையில், கேள்விகள் கேட்கப்பட்டு பதில்களும் அளிக்கபட்டிருப்பதால் பதிலாளர்கள் சுதந்திரமாக பதிலளிக்க இயலாது. ஆனால் இம்முறையில் கேள்விகள் கேட்கப்பட்டு பதில்கள் தனிமனிதர்களின் கருத்து சுதந்திரத்தை தூண்டுவதாக அமைகிறது.

மேலும் கேள்விதாள்கள் முழு விவரங்களோடு இல்லாது, பதிலளிபவர்களுக்கு பெரும் சுதந்திரம் அளிப்பதாக அமைகிறது. ஒரு குறிப்பிட்ட பிரச்சனையின் காரணங்களை அறியவோ (அ) நிகழ்வின் புரியாத தெரியாத காரணிகளை புரிந்து கொள்வதற்கோ இவ்வகை நேர்காணல் பயன்படுகிறது. சமூக பிரச்சனைகளான ஜாதி பிரிவினை, வர்க்கப்போர், மது அடிமை, விவாகரத்து போன்றவைகளை ஆய்வு செய்வதற்கு இம்மாதிரியான நேர்காணல் பெருமளவில் பயன்படுகிறது. சூழ்நிலையில் கட்டுப்பாடுகள் இவ்வகை நேர்காணலை எவ்வகையிலும் பாதிக்காததாக உள்ளது.

குவிமய நேர்காணல்:

ஒரு குறிப்பிட்ட சூழ்நிலையில் மக்களின் மனரீதியான பாங்கை அறிவதற்கு குவிமய நேர்காணல் முறை மிகுந்த பயனளிக்கிறது. தொலைகாட்சி நிரல்கள் மற்றும் சூழ்நிலை சார்ந்த அனுபவங்களையும் இவ்வகை நேர்காணலின் மூலம் அறிய முடிகிறது. தனிமனிதர்களின் தனித்தன்மையான உணர்வுகளையும் உணர்சிகளையும் பதிவு செய்வதற்கு உதவுகிறது எனலாம்.

குழும நேர்காணல் முறை:

ஒரு குறிப்பிட்ட குழுமத்தை தேர்வு செய்து அவர்களுக்கிடையே நடைபெறக்கூடிய உரையாடல்களையும், கேள்வி பதில்களையும் பதிவு செய்ய பயன்படுகிறது. இவ்வகை நேர்காணலில் நேர்காணல் செய்பவர் விவாத கேள்விகளை எடுத்துரைப்பார். பதில்கள் சொல்லப்படும். எதிர்கேள்விகள் மற்றும் புதிய கேள்விகள் அவ்வப்போது உருவாக்கம் பெற நேர்காணல் நடத்துனர் உதவி புரிவார். ஒரு புதிய பொருளின் தரம் பற்றியோ (அ) கொள்கைகள் ரீதியான மக்களின் புரிதலையோ அறிந்து கொள்வதற்கு இந்நேர்காணல் பயன்படுகிறது.

இரண்டாம் தர தகவல்:

ஆராய்ச்சிக்குண்டான தகவல்கள் நேரடியாக பெறுவது முதலாம் தர தகவலாக கருதப்படுகிறது. இதற்கு முந்தைய பகுதியில் நாம் அதைப்பற்றி பார்த்தோம்.

இரண்டாம் தர தகவல்கள் எனப்படுவது ஆராய்ச்சி தலைப்பை ஒட்டிய தகவல்கள் புத்தகங்கள், ஆராய்ச்சிகட்டுரைகள், தினசரிகள், இதழ்கள் போன்றவைகளில் பிரசுரிக்கக்கூடிய தகவல்களை சேர்த்து கொள்வதாகும்.

இரண்டாம்தர தகவல்கள் இருக்கும் இடம் தெரியும் பட்சத்தில், மேற்கொண்டு நாம் செய்வது வெறும் "மேஜை வேலை" மட்டுமே. ஆராய்ச்சியாளரின் பார்வை விசாலமடைவதற்கும், புதிய பரிமாணங்களை அறிந்து கொள்வதற்கும் இரண்டாம் தர தகவல்கள் பெரும் உதவி புரிகின்றன. மேலும், இதற்குண்டான காலமும், நேரமும், செலவும் குறைவாகவே உள்ளது. மேலும், இரண்டாம்தர தகவல்களானது முதலாம்தர தகவல்களோடு ஒப்பிட்டு பார்பதற்கும், துல்லிய தன்மையை பரிசோதிப்பதற்கும் உதவுகிறது எனலாம்.

நேர்காணலின் யுக்திகள்:

வினாத்தாள்/அட்டவணை:

முதல்தர தகவல்களை நாம் நேர்காணலின் மூலம் பெறும்போது, வினாத்தாள்களை தயார் செய்தல் அவசியமாகிறது. கேள்வி பதில்கள் கேட்கப்பெறுவது இரு வகைகளில் நடத்தப்பெறுகிறது. வினாத்தாள் என்பது படித்தவர்களிடம் ஆராய்ச்சியாளர்கள் பெறக்கூடிய தகவலாகும். அட்டவணை என்பது படிப்பறிவில்லாத, எழுத்தறிவில்லாத நபர்களிடம் ஆராய்ச்சியாளர்கள் கேட்டு பெறக்கூடிய தகவலாகும்.ஆராய்ச்சிக்குரிய மாதிரி பகுதிகளில் அனைவரும் படித்திருக்கலாகாது. அவர்களிடம் நாம் தகவல்கள் பெற வேண்டுமென்றால், நாம் அவர்களுக்கென்று அட்டவணையை தயார் செய்து பின்னர் அவர்களிடம் அட்டவணையில் இருக்கக்கூடிய கேள்விகளை கேட்டு பதில்களை பதிவு செய்ய வேண்டியதாய் உள்ளது.

கேள்வித்தாள்/அட்டவணை பின்வரும் இயல்புகளை உடையதாக இருக்க வேண்டும்:

➢ ஆராய்ச்சிக்குரிய இலக்குகள் அடையக்கூடிய விதத்தில் கேள்விகளை தயார் செய்தல் வேண்டும்.

➢ ஆராய்ச்சிக்குரிய நேரடியான தொடர்புடைய கேள்விகளை கேட்க வேண்டுமே ஒழிய, அவசியமல்லாத கேள்விகளை தவிர்த்தல் நன்று. ஏனைய மற்ற முறைகளான பார்வையிடல் மூலமாக பெறக்கூடிய துல்லியமான தகவல்களை நோக்கமாக பெற்றிருப்பது அவசியமில்லை. ஏனெனில் ஒரு முறையின் மூலம் பெறக்கூடிய தகவல்கள் அம்முறையின் கீழ் மட்டுமே பார்க்கக்கூடியதாக உள்ளது. எனவே, இங்கு ஒப்பீடு என்பது கிடையாது.

➢ கேள்விகள் அனைத்தும் நேரடியாக இருக்க வேண்டுமேயன்றி குழப்பம் தருவிக்கவோ, பெரியதாகவோ, இரு பொருள் பொதிந்தோ இருக்கலாகாது.

- மேலும், பதிலளிப்பவர்களின் நினைவில் இருக்கக்கூடிய தகவல்களை மட்டுமே கேள்விதாள்கள் பெற்றிருக்க வேண்டும்.

- கேள்விகளுக்கான பதில்கள் எளிதாகவும், உடனடியாகவும் அளிக்கும்படியாக இருக்க வேண்டும்.

- பதிலளிப்பவர்களை பற்றிய தேவையற்ற அனுபவங்கள் தவிர்க்கப்படுதல் வேண்டும்.

- பதிலளிப்பவர்களின் தேர்வுகள் சுதந்திரமாக இருக்கும்படி கேள்வித்தாள் அமைதல் அவசியம். கேள்விக்குண்டான பதில்களை ஆராய்ச்சியாளர்களே அளிக்கும் பட்சத்தில், பதிலளிப்பவர்களின் பார்வை குறுகுவதாக உள்ளது. இதனால் ஆராய்ச்சிக்குண்டான இலக்குகள் அடைய முடியாமல் போவதற்கு வாய்ப்புள்ளது.

- மூடிய கேள்விதாள்கள் கேள்விக்குண்டான பதில்களை போதுமானதாகவும், விலாவரியாகவும், தர்க்கரீதியாகவும் அளித்தல் வேண்டும். கேள்விதாள்கள் திறந்த முறையாகவும், மூடிய முறையாகவும் வகைப்படுத்தப்படுகிறது. திறந்த முறைகேள்வித்தாள்கள், பதிலளிப்பவர்களுக்கு சுதந்திரத்தை அளிக்கக்கூடியதாக உள்ளது. ஆனால், மூடிய கேள்விதாள்கள் இரு பதில்களையோ, முன்பே குறிப்பிட்டு தேர்வு செய்வதற்கு இடமளிக்கிறது. திறந்தமுறை கேள்வித்தாள்கள், ஆராய்ச்சி இலக்குகளை சரியான விதத்தில் அடைவதற்கு பெரும் உதவி புரிகிறது.

- கேள்வித்தாளில் கேட்கப்படக்கூடிய கேள்விகள் ஒவ்வொரு கருத்தையோ (அ) குறிப்பையோ கொண்டிருக்க வேண்டும். ஒவ்வொரு கேள்விக்கும் இது பொருந்தும்.

- பதிலளிப்பவர்களை எக்காரணத்தை கொண்டும் தர்மசங்கடமான நிலைக்கு தள்ளுவதை தவிர்க்க வேண்டும்.எனவே, பதிலளிப்பவர்களுக்கு ஏற்ற ஏதுவாக முறையில் கேள்விகளை தயார் செய்தல் வேண்டும்.கேள்விகளை அதிகம் தொடுக்காமல் தேவையற்ற கேள்விகளை குறைப்பது அவசியமாகிறது.

➢ மேலும், கேட்கப்படும் கேள்விகளை முறையாக தர்க்கரீதியாகவும், மனவியல் ரீதியாகவும் முறைமைப் படுத்தி கேட்பது பதிலளிப்பவர்களுக்கு சாதகமாக அமைகிறது.

➢ ஒரு பகுதியிலிருந்து மற்றொரு பகுதிக்கு செல்லும்போது எளிதான முறையில் கேள்விதாள்கள் அமைதல் வேண்டும்.

➢ கேள்விகளுக்குண்டான தொடக்க உரையும், பயிற்றுவித்தல்களும் முறையாக அமைய வேண்டும்.

➢ மாதிரி பகுதிகளில் கேள்விதாள்கள் அளிப்பதற்கு முன்பே பரீட்சித்து பார்ப்பது அவசியமாகிறது.

முன்னோடி படிப்பு:

ஆராய்ச்சியாளர்கள் பெரிய அளவில் ஆராய்ச்சியை மேற்கொள்ள முற்படும்போது ஆராய்ச்சி மாதிரிகள் அதன் எல்லைகள் மக்கள் மற்றும் அவர்களின் இயல்புகள் போன்றவற்றை முன்கூட்டியே அறிந்திருத்தல் வேண்டும். ஒரு பெரும் ஆராய்ச்சியை நடத்துவதற்கு முன்பாக அந்த ஆராய்ச்சியைப் பற்றிய தகவல்களை முன்கூட்டியே சேகரிப்பது "முன்னோடி படிப்பு" எனப்படுகிறது. நேர்காணலின் போது பதிலளிப்பவர்களின் இயல்பு மற்றும் பொருட்செலவு நேரம் போன்றவை இதில் அடக்கம். இதுபோல ஆராய்ச்சியாளர்கள் முன்கூட்டியே முதன்மை தககவல்கள் பெறும்போது நடத்தப்படக்கூடிய ஆராய்ச்சிக்குண்டான நேர விரயமும் பொருட்செலவும் குறைக்கப்படுகிறது. பிரதான ஆராய்ச்சியின் "சிறு மாதிரியாக" "முன்னோடி படிப்பு" கருதப்படுகிறது. ஆராய்ச்சிக்குண்டான திட்டம் கருவிகள், தகவல் திரட்டல், தகவல் பகுப்பாய்வு மற்றும் அறிக்கை தயாரித்தல் ஆகிய இவையனைத்தும் இதில் அடங்கும்.

முன்னோடி படிப்பிற்கான செயல்பாடுகள்:

ஒரு குறிப்பிட்ட தலைப்பில் ஆராய்ச்சிக்கென்று முன்கூட்டியே அது தொடர்பான அறிவு தேவைப்படுகிறது. அமெரிக்க

அரசியலை பற்றி ஆராய்ச்சி செய்வதற்கு முனையும் போது, அமெரிக்காவின் வரலாறு, பூகோளம், பரப்பெல்லை, மக்கள், கலாச்சாரம், பண்பாடு, கொள்கைத்துவங்கள், பழக்க வழக்கங்கள் போன்றவை அத்துப்படியாக இருக்க வேண்டும். இரண்டாம் தர தகவல்களை அடிப்படையாக கொண்டு ஆராய்ச்சி செய்வதற்கே "முன்னறிவு" முக்கியமாக அமைகிறது. முதலாம் தர தகவல்களை அடிப்படையாக கொண்டு ஆராய்ச்சி செய்யும்போது கண்டிப்பாக ஆராய்ச்சியை ஒட்டிய முன்னறிவு (அ) படிப்பு மிக அவசியமாகிறது. ஆராய்ச்சிக்குண்டான இயல்பு, வழிமுறைகள், ஆட்கள், செலவு, காலம் போன்றவை நாம் முன்கூட்டியே குவிமயம் செலுத்தினால் ஒழிய ஆராய்ச்சியை மேற்கொள்வது கடினமாகும். இதனால் "முன்னோடி படிப்பு"அவசியமாகிறது.

> முன்னோடி படிப்பானது ஆராய்ச்சி பிரச்சனையைப் பற்றி அறிவு தொகுப்பை நமக்கு அளிக்கிறது. இதன் மூலம் ஆராய்ச்சியாளர்கள் இருப்பு அறிவை கொண்டு வழிமுறைகளை கணக்கீடு செய்யலாம்.

> கருத்தாக்கத்திற்கான வழிகாட்டியாகவும் செயல்படுகிறது.

> பல மாறிகளுக்கிடையேயான உறவுமுறைகளின் இயல்புகளையும் உடனடி படிப்பு நமக்கு தந்து உதவுகிறது.

> மேலும் ஆராய்ச்சிக்குண்டான மக்கள்தொகையின் இயல்பையும், மாறுபாடுகளையும் நாம் அறியலாம். மேற்கூறிய இரு அம்சங்களும் நமக்கு தெரிகிற போது "மாதிரி கட்டமைப்பை" நாம் உருவாக்கிவிடலாம்.

> மேலும் மாதிரியானது போதுமானதாகவும் முழுமையாகவும், துல்லியமானதாகவும் அமைகிறதா என்பதையும் நாம் கணக்கிடலாம்.

> நமக்கு தேவைப்படக்கூடிய தகவல்களை ஓரளவிற்கு நாம் பெறமுடிவதால் மாற்று ஏற்பாடுகளையும் நாம் முன்கூட்டியே நிர்ணயிக்க முடிகிறது.

> நேர்காணலின் போது ஏற்படக்கூடிய பிரச்சனையையும் குறைபாடுகளையும் கண்டறியவும் இம்முறை பயன்படுகிறது.

> மாதிரி மக்கள் தொகை பரப்பெல்லையில் முறையான உறவுகளை மேம்படுத்தவும் இம்முறை பயன்படுகிறது.

> கட்டுமான கேள்வித்தாள்களை உருவாக்கவும் விடைகளை அறியவும் ஆகிய செயல்பாடுகளுக்குண்டான தகவல்கள் பெறப்படுகின்றன

> முறையான பகுப்பாய்வை மேற்கொள்வதற்கும் முன்னோடி படிப்பானது உதவுகிறது.

பகுப்பாய்வு:

நேர்காணலின் மூலம் திரட்டப்பட்ட தகவல்கள் அனைத்தும் அட்டவணைபடுத்தப்பட்டு ஒழுங்குபடுத்துவதற்கு மதிப்புகள் பகுப்பாய்வு செய்யப்படுகிறது. கணினி இல்லாத காலகட்டங்களில் பகுப்பாய்வு என்பது மிகவும் கடினமான இருந்தது. ஏனெனில் திரட்டப்பட்ட தகவல்கள் முறையே குறியீட்டு வகையில் பயன்படுத்தி முடிவுகளை கொணர்ந்தார்கள் ஒவ்வொரு மதிப்பிற்கும் குறியீட்டு முறையை பயன்படுத்தும் போது ஆராய்ச்சிக்குண்டான நேரம் அதிகரிக்கிறது. ஆனால் தற்போது spss போன்ற மென் பொருள் நிரலாக்கம் அதி நவீன முறையில் செயல்பட்டு வருவதால் மதிப்புகள் மட்டும் இருந்தால் போதுமானது. Spss வழிமுறையின் மூலம்நாம் மதிப்புகளை கணினியில் பதிவு செய்து பின்னர் chi square testing anavo T-testing போன்ற பல பரிசோதனைகளை கணினி மூலமாகவே செயல்படுத்தி முடிவுகளை பெறலாம்.மேற்கூறிய பகுப்பாய்வு முதல்தர தகவல்களை அடிப்படையாக கொண்ட ஆராய்ச்சிக்கு மட்டுமே பொருந்தும்.

இயல்-8
அறிக்கை

ஆராய்ச்சியின் இறுதி கட்டமாக அறிக்கை எழுதுதல் அமைகிறது. நாம் செய்த ஒட்டுமொத்த ஆராய்ச்சியையும் எழுத்து வடிவமாக, முறையாக உலகிற்கு அறிமுகப்படுத்துதல் அவசியமான நிகழ்வாகும். மேலும், நாம் தேர்ந்தெடுத்துள்ள பிரத்தியேக பாடத்திற்கு அது இன்றியமையாத "அறிவு சேர்க்கையாக" அமைகிறது. ஒவ்வொரு ஆராய்ச்சி அறிக்கையும், கண்டுபிடிப்பும், கோட்பாடு உருவாக்கமும், கருத்தாக்கமும், அந்தந்த பாடத்திற்கு வளர்ச்சியடைய உறுதுணையாக விளங்குகிறது. ஆராய்ச்சி முறைகளையும் அதன் முடிவுகளையும் விளக்குவதே ஆராய்ச்சி அறிக்கையின் நோக்கமாகும். இவ்வறிக்கை, ஏனைய மற்றவர்களை சமாதானபடுத்தவோ, சமரசபடுத்தவோ, இலக்காக கொண்டிருக்கவில்லை. மாறாக குறிப்பிட்ட ஆராய்ச்சி எதற்காக நடத்தப்பெற்றது? ஏன் நடத்தப்பெற்றது? வழிமுறைகள் யாவை? அதன் பலன்கள் போன்றவைகளை விளக்குவதாக உள்ளது.

செயல்பாடுகள்:

- அறிக்கையானது, நடத்தப்பெற்ற ஆராய்ச்சியில்தலைப்பு, ஆராய்ச்சிக்குண்டான பிரச்சனை, இலக்குகள், தகவல் திரட்டல், வழிமுறைகள், முடிவுகள் போன்றவைகள் எடுத்துரைக்க உதவும் கருவியாக அமைகிறது.

- அறிக்கை ஆராய்ச்சிக்குண்டான குறிப்பு தகவல் தொகுப்பாகவும் விளங்குகிறது. சர்வதேச அரசியலில் ஒரு ஆராய்ச்சியை நீங்கள் தேர்ந்தெடுக்கும்போது, அந்த ஆராய்ச்சியின்முடிவுகள், அதே ஆராய்ச்சியின் விரிவாக்கத்திற்கு வெகுவாக பயன்படுகிறது.

- மேலும், அறிக்கையின் மூலம் ஆராய்ச்சியின் தரத்தை நாம் அறியக்கூடியதாகவும் உள்ளது.

- ஒரு ஆராய்ச்சி அறிக்கையின் மூலம், ஆராய்ச்சியின் தரத்தை நாம் அறியக்கூடியதாகவும் உள்ளது.

- ஒரு ஆராய்ச்சி அறிக்கையை படிப்பதின் மூலம், நாம் குறிப்பிட்ட ஆராய்ச்சியாளரின்திறனையும், நம்பகத்தன்மையும், புரிந்து கொள்ள இயலும்.

- கொள்கை திட்டங்கள் மற்றும் யுக்திகளை புதுமையாக உருவாக்குவதற்கு ஆராய்ச்சி அறிக்கைகள் பயன்படுகின்றன.

- இறுதியாக ஒரு குறிப்பட்ட பாடத்திற்கு, முறைமைப்படுத்தப்பட்ட அறிவை, இது வழங்குகிறது. முனைவர் பட்டம் பெறுவதற்குண்டான ஆய்வு கட்டுரை கீழ்வரும் வரிசை பின்பற்றி இருத்தல் அவசியமாகிறது.

  ⇒ தலைப்பு பக்கம்

  ⇒ ஆராய்ச்சியாளரின் உறுதிபாடு

  ⇒ நெறியாளரின் சான்றிதழ்

  ⇒ நன்றியுரை

  ⇒ உள்ளடக்கம்

  ⇒ அட்டவணை வரிசை

  ⇒ சார்ட் வரிசை

  ⇒ ஆராய்ச்சி சுருக்கம்

  ⇒ தொடக்கவுரை - பகுதிகள்

- ⇨ ஆராய்ச்சி பிரச்சனை
- ⇨ மதிப்பாய்வு
- ⇨ ஆராய்ச்சி எல்லை
- ⇨ இலக்குகள்
- ⇨ கருதுகோள்கள்
- ⇨ கருத்துரை

II- ஆராய்ச்சி வடிவமைப்பு

- ⇨ ஆராய்ச்சி முறை
- ⇨ தகவல் திரட்டல் முறை
- ⇨ மாதிரி
- ⇨ தகவல் திரட்டல் கருவிகள்
- ⇨ கள பணி
- ⇨ தகவல் பகுப்பாய்வு
- ⇨ வரம்புகள்
- ⇨ முடிவுகள்

  நூல் பட்டியல்

- ⇨ இணைப்புகள்

ஆராய்ச்சி கட்டுரை:

ஆராய்ச்சி கட்டுரைகள் தற்போது, பல துறைகளில் ஆராய்ச்சி வளர்வதற்கு ஏதுவாக துணை புரிகிறது.ஒரு துறையின் வளர்ச்சியானது, அத்துறையில் பிரசுரிக்கப்பட்டுள்ள ஆராய்ச்சி கட்டுரைகளை பொருத்து கணக்கிடப்படுகிறது. புதிய கண்டுபிடிப்புகள், கோட்பாடுகள், கொள்கைகள், கருத்தாக்கங்கள் ஒரு பாட அறிவை விசாலப்படுத்துவதோடு மட்டுமல்லாமல் சிந்திக்கவும் வைக்கிறது.

இரண்டாந்தர தகவல்களை கொண்டு ஆராய்ச்சி கட்டுரைகள் எழுதுகிற போது, தலைப்பு தொடர்பான சமீபத்திய 10 கட்டுரைகளை கண்டிப்பாக படித்து புரிந்து கொள்வது நன்று.

பின்னர் அந்த 10 கட்டுரைகளிலிருந்து எடுக்கப்பட்ட குறிப்புகளை தொகுத்து முறையே முன் பகுதியிலும், மத்திய பகுதியிலும், பின் பகுதியிலும் அவரவர்களின் சிந்தனைகளுக்கேற்ப எழுத தொடங்கலாம்.

ஒரு குறிப்பிட்ட தலைப்பில் நீங்கள், 10 ஆராய்ச்சி கட்டுரைகளையும், 4 புத்தகங்களையும் படிக்கின்ற பட்சத்தில், உங்களின் கற்பனையோட்டமானது, புதிய கருத்தாக்கங்களையும், கோட்பாடுகளையும் தர வல்லதாக மாறிவிடும் வல்லமை படைத்தது. இம்முறையை நீங்கள் கையாள்கின்ற பட்சத்தில், வெகு விரைவில், அக்குறிப்பிட்ட தலைப்பில்சிறந்த நிபுணத்துவம் பெற்றிட வாய்ப்புள்ளது.

இதுவே, முதலாம்தர தகவல், அதாவது நேர்காணல் மூலம் தகவல் பெற்று ஆராய்ச்சி கட்டுரைகள் எழுதும்போது, மிகவும் எளிதாகிறது.

ஏனெனில், நீங்கள் நேர்காணல் மூலம் பெற்ற தகவல்களை கொண்டே, விவாதங்களையும், விளக்கங்களையும், கட்டுரையாக எழுதிவிட முடியும்.இரண்டாம்தர தகவல்களை விட, முதல்தர தகவல்கள் மூலம், ஆராய்ச்சி கட்டுரைகள் எழுதுவது எளிதாக முடியக்கூடிய காரியமாக உள்ளது.

ஆராய்ச்சி கட்டுரையானது, தொடக்கவுரை, ஆராய்ச்சி முறைகள், முடிவுகள், விவாதங்கள் மற்றும் முடிவுரை ஆகியவைகளை உள்ளடக்கியதாக இருக்கிறது.

இயல்-9

முடிவுரை

ஆராய்ச்சி என்பது முடிவில்லாத பயணம். இவ்வுலகில் மனிதர்கள் வருவார்கள், செல்வார்கள்; ஆனால் கேள்விகள் உள்ள மனம் இருக்கும் வரை ஆராய்ச்சி தொடரும். ஆராய்ச்சியின் தொடர்ச்சியாக இவ்வுலகில் நாம் மனித உலகிற்கு பல சௌகரியங்களை அளிக்க முடியும். மனித இனம் அனுபவிக்கும் அத்துணை சௌகரியங்களுக்கும் ஆராய்ச்சியே அடித்தளம் என்று கூறினால் அது மிகையாகாது.

இன்றிலிருந்து, 25 வருடங்களுக்கு முன்பாக ஆராய்ச்சியையும், ஆராய்ச்சி படிப்பை தொடர்வதற்கும், முடிப்பதற்கும் அளவில்லா பிரச்சனைகளை அனுபவிக்க வேண்டியதாய் இருந்தது. முக்கியமாக 'தகவல் திரட்டல்'. ஆனால், இன்றைய கால கட்டத்தில் இது மிக எளிதாக உள்ளது. ஆராய்ச்சிக்கு முக்கிய அம்சமாக 'கேள்விகளுடைய மனமும்' நீங்கா ஆர்வமும் அமைகிறபோது, அங்கே பல அற்புதங்கள் காத்திருக்கிறது.

பல பல்கலைகழக நூலகங்களில், கிடைக்கபெறக்கூடிய அறிவு தொகுப்பு அனைத்தும் தற்போது, கணினி, இணைய வழிகளில் கிடைக்கப்பெறுகிறது. எனவே, ஆராய்ச்சி தலைப்புகளை, தேர்ந்தெடுக்கும் போது, மிகவும் கடினமான தலைப்புகளையும் நாம் தேர்ந்தெடுத்து ஆராய்ச்சியை தொடரலாம்.

இஸ்ரேல், பாலஸ்தீனம் இடையேயான உறவுகளை பற்றி ஆராய்ச்சி செய்ய முனையும் போது நாம் அந்நாடுகளுக்கு செல்ல வேண்டும் என்ற அவசியமில்லை. மாறாக இணையத்தின் மூலமாக லட்சோப லட்ச செய்திகளையும், தகவல்களையும் பெற்று ஆராய்ச்சியை தொடரலாம். இதுபோல பல துறைகளில் நாம் தைரியமாக எந்த தலைப்பையும் தேர்வு செய்து ஆராய்ச்சியை தொடர்வதற்கு உண்டான இணக்கமான சூழ்நிலை தற்போது நிலவுகிறது.

இதைப்போலவே நெறியாளர்-தேர்வு மிகவும் அவசியப்படுகிறது. பல ஆராய்ச்சியாளர்கள் முனைவர் பட்டம் பெரும் அவசரத்தில் கவனமில்லாமல் செயல்படுவதுண்டு. பின்னே, பல வருடங்கள் சென்று, ஆராய்ச்சியையே கைவிடும் சூழ்நிலை வந்துவிடுவதுண்டு. ஆகவே நெறியாளரை தேர்வு செய்யும்போது, அவர்களுக்கு கீழேஆராய்ச்சி பட்டம் வாங்கிய மாணவர்களின் எண்ணிக்கையை கணக்கில் கொண்டு ஆராய்ச்சியை தொடர்தல் நன்று.

மதிப்பாய்வு செய்யப்படும் போது ஒரு ஆராய்ச்சிக்கு அது தொடர்பான புத்தகங்களை படிக்க வேண்டி குறிப்பிட்ட தலைப்பை சார்ந்த புத்தகங்களைப்பற்றிய சுருக்க உரையானது புத்தகத்தின் பின் பகுதியிலோ (அ) இணையங்களிலோ கண்டிப்பாக இருக்கக்கூடும். அதை நாம் மதிப்பாய்விற்கு பயன்படுத்திக்கொள்ளலாம். ஆனால், நீங்கள் எந்த அளவிற்கு புத்தகங்களையும், ஆய்வு கட்டுரைகளையும் படித்து புரிந்து கொள்கிறிர்களோ அந்த அளவிற்கு உங்களின் ஆளுமை தலைப்பின் மீது அமைகிறது. மேலும் தலைப்பை பற்றி கேள்வி கேட்கும் பட்சத்தில் ½ மணி நேரத்திற்கு நிற்காமல் பேசும் திறமை இருந்தால், சிறந்த ஆராய்ச்சியாளருக்குண்டான தகுதி உங்களுக்கு உள்ளது என்றும் நீங்கள் அறியலாம். குறைந்தபட்சம் இதற்கு நீங்கள், தலைப்பு தொடர்பான 4 புத்தகங்களையும், 50 சமீபத்திய ஆராய்ச்சி கட்டுரைகளையும், படித்திருக்க வேண்டும்.

நேர்காணலில் முக்கியமாக தெரிந்துகொள்ளவேண்டியது என்னவென்றால், கேள்வி தாளை சிறப்பான முறையில்

வடிவமைத்தல் ஆகும். ஒவ்வொரு கேள்வியும், ஆராய்ச்சியின் இலக்குகளோடு நேரடி தொடர்பு பெற்றிருத்தல் அவசியமாகிறது. முடிந்த வரையில், முதல் தர தகவல்களை அதாவது நேர்காணலின் மூலமாக பெற்று ஆராய்ச்சி செய்வது சாலத்தகுந்தது. முற்றிலுமாக இரண்டாந்தர தகவல்களை சார்ந்திருக்கும் பட்சத்தில், புத்தகத்தின் அளவை அதிகரிக்கலாம். சமீபத்தில் வெளியான 10 புத்தகங்களில் ஏதேனும், 4 படித்தோம் என்றால் உங்கள் சிந்தனையோட்டம் புதியதாகவும் ஆராய்ச்சிக்கு பங்களிப்பதாகவும் விளங்கும்.

ஆராய்ச்சி வரம்புகள் நிர்ணயிப்பதில் கவனம் அதிகம் தேவைப்படுகிறது. ஆராய்ச்சியாளர்கள், முதல் கட்டத்தில் தலைப்பை தேர்வு செய்யும் போது பரந்த விசாலமான தலைப்பை தேர்வு செய்ய வேண்டும். பின்னர் தலைப்பு தொடர்பான கட்டுரைகளையும், புத்தகங்களையும் படிக்கும் பட்சத்தில் எந்த இடத்தில "ஆராய்ச்சிக்குரிய இடைவெளி" இருப்பது விளங்கும். ஆராய்ச்சி வரம்புகளை நிர்ணயிப்பதற்கு ஆராய்ச்சி இடைவெளியை கண்டறிவது முக்கியமான செயலாகும். இதற்காகவே ஒரு வருடக்காலம் ஆராய்ச்சியாளர்களுக்கு வழங்கப்படுகிறது. பல்கலைகழகங்களில் தலைப்பை பதிவு செய்வதக்கு ஒரு வருடம் நிர்ணயிக்கப்பட்ட சூழ்நிலையில் நாம் இக்காலத்தை "இடைவெளி "கண்டறிய பயன்படுத்திக்கொள்ளலாம்.

அறிக்கை எழுதுதல், மதிப்பாய்வு எழுதுதலைப் போன்ற ஒரு தொடர்ச்சியான செயல்பாடாகும். நாம் எவ்வாறு ஒரு புத்தகத்தையோ ஆய்வு கட்டுரையோ படித்து அதன் சுருக்கத்தை மதிப்பாய்வு பகுதியில் அறிகின்றோமோ அதுபோல முழு அறிக்கையையும் தயார் செய்வது எளிதான காரியமாகும். ஆங்கிலபுலமை குறைவாக இருக்கும் பட்சத்தில் நாம் நம் தாய் மொழியிலேயே அறிக்கை தயார் செய்து, பின்னர் ஆங்கிலத்தில் மொழி மாற்றம் செய்து கொள்ளலாம். அதற்கென்று மென்பொருள் நிரல் அதிகமாகவே உள்ளது.

சுருக்கமாக

> ஆராய்ச்சி தலைப்பை கூடுமானவரை பரந்த எல்லையாக தேர்வு செய்யவும்

> குறைந்தபச்சம் ஐம்பது ஆய்வு கட்டுரைகளை படித்து குறிப்பு எடுக்கவும்

> ஆராய்ச்சியின் இலக்குகளை தலைப்பை ஒட்டி அமையுமாறு உருவாக்கவும்

> ஆராய்ச்சி முறைமையை ஆய்விர்க்கேற்றவாறு தேர்வு செய்யுங்கள்

> முதன்மை தகவல்கள் கொண்டு ஆராய்ச்சி நடத்தும்போது நம்பகத்தன்மை அதிகரிக்கும்

> ஆராய்ச்சி வரையறை தலைப்பில் இல்லாமல் பார்த்து கொள்க

> நேர்காணல் முறை சிறப்பாக அமைய "மாதிரி" இடங்களில் நல்லுறவை வளர்க்கவும்

> நெறியாளரை தேர்வு செய்யும்போது கவனம் கொள்க

> முனைவர் பட்ட முதல் வருடத்தில் ஆராய்ச்சியின் பரந்த தலைப்பில் குறைந்தது நான்கு புத்தகங்களை படித்து குறிப்பெடுத்து கொள்ளவும்

> ஆராய்ச்சி கால கட்டத்தில் கடைசி ஒரு வருடத்தை அறிக்கை தயார் செய்வதற்கு முனையவும்.

> ஆராய்ச்சி கால கட்டத்தில் மூன்றில் ஒரு பங்கு நேரத்தை தகுதி தேர்வுக்கு ஒதுக்கி தயார் செய்யவும்.

சொற்களஞ்சியம்

1. Research Design - ஆராய்ச்சி வடிவமைப்பு

2. Exploratory Of Formulative Research - சூத்திர ஆராய்ச்சியின் ஆய்வு

3. Descriptive/Diagnostic Research - விளக்க/கண்டறியும் ஆராய்ச்சி

4. Interview - நேர்காணல்

5. Sampling Design - மாதிரி வடிவமைப்பு

6. Statistical Design - புள்ளிவிவர வடிவமைப்பு

7. Survey - ஆய்வு

8. Data - தரவு

9. Observational Design - கவனிப்பு வடிவமைப்பு

10. Operational Design - செயல்பாட்டு வடிவமைப்பு

11. Hypothesis-Testing - கருதுகோள்-சோதனை

12. Probability Sampling Design - நிகழ்தகவு மாதிரி

13. Non-Probability Sampling Design - நிகழ்தகவு இல்லாத மாதிரி

14. Random Sampling - சீரற்ற மாதிரி

15. Complex Random Sampling - சிக்கலான சீரற்ற மாதிரி

16. Simple Random Sampling - எளிய சீரற்ற மாதிரி

17. Experimental Designs - சோதனை வடிவமைப்புகள்

18. Variables - மாறிகள்

19. Latin Square Design - லத்தீன் சதுர வடிவமைப்பு

20. Randomized Block Design (R.B. Design) - சீரற்ற தொகுதி வடிவமைப்பு

21. Anova Analysis Of Variance - மாறுபாட்டின் பகுப்பாய்வு(அனோவா)

22. 'Research Plan - ஆராய்ச்சி திட்டம்

23. Systematic Bias And Sampling Error - முறையான சார்பு மற்றும் மாதிரி பிழை

24. Complex Factorial Designs - சிக்கலான காரணி வடிவமைப்பு

25. Simple Factorial Designs - எளிய காரணி வடிவமைப்புகள்

26. Interpretation - விளக்கம்

27. Analysis Of Data - தரவு பகுப்பாய்வு

28. Questionnaires - கேள்வித்தாள்கள்

29. Pilot Study - பைலட் ஆய்வு

30. Haphazard Sampling

31. Purposive Sampling - நோக்கம் கொண்ட மாதிரி

32. Quota Sampling - ஒதுக்கீடு மாதிரி

33. Judgement Sampling - தீர்ப்பு மாதிரி

34. Systematic Sampling - முறையான மாதிரி

35. Stratified Sampling - அடுக்கு மாதிரி

36. Unrestricted Sampling - தடைஇல்லா மாதிரி

37. Restricted Sampling - தடைசெய்யப்பட்ட மாதிரி

38. Mixed Sampling Designs - கலப்பு மாதிரி வடிவமைப்புகள்

39. Strata\Stratum - அடுக்கு

40. Proportional Allocation - விகிதாசார ஒதுக்கீடு

41. Standard Deviations - நிலையான விலகல்கள்

42. Cluster Sampling - கொத்து மாதிரி

43. Area Sampling - பகுதி மாதிரி

44. Sequential Sampling - தொடர் மாதிரி

45. Statistical Quality Control - புள்ளிவிவர தரக் கட்டுப்பாடு

46. Systematic Bias - முறையான சார்பு

47. Measurement - அளவீடு

48. Measurement Scales - அளவீட்டு அளவுகள்

49. Interval Scales - இடைவெளி தரவு

50. Ratio Scales - விகித அளவுகள்

51. Ordinal Scales -சாதாரண அளவு

52. Nominal Scales - பெயரளவு அளவு

53. Chi-Square - சி-சதுர சோதனை, கை வர்க்கச் சோதனை

54. Statistical Significance - புள்ளிவிவர முக்கியத்துவம்

55. Correlation - தொடர்பு

56. Contingency Coefficient - தற்செயல் குணகம்

57. Arbitrary Zero - தன்னிச்சையான பூஜ்யம்

58. 'T' Test And 'F' Test - 'டி' சோதனை மற்றும் 'எஃப்' சோதனை

59. Standard Deviation - நிலையான விலகல்

60. Respondent - பதிலளிப்பவர்

61. Ambiguous Meanings - தெளிவற்ற அர்த்தங்கள்

62. Precise Description - துல்லியமான விளக்கம்

63. Empirical - அனுபவ ஆய்வு

64. Indicators - குறிகாட்டிகள்

65. Multidimensional Scales - பல பரிமாண அளவுகள்

66. Unidimensional Scales - ஒற்றை பரிமாண அளவுகள்

67. Arbitrary Approach - தன்னிச்சையான அணுகுமுறை

68. Ad Hoc - தற்காலிக

69. Consensus (Differential) Approach - ஒருமித்த அணுகுமுறை

70. Item Analysis Approach - பொருள் பகுப்பாய்வு அணுகுமுறை

71. Summated Scales - சுருக்கமான அளவு

72. Cumulative Scale Approach - ஒட்டுமொத்த அளவிலான அணுகுமுறை

73. Factor Analysis Approach - காரணி பகுப்பாய்வு அணுகுமுறை

74. Differential Scale - வேறுபட்ட அளவு

75. Metric Approach - மெட்ரிக் அணுகுமுறை

76. Non-Metric Approach - மெட்ரிக் அல்லாத அணுகுமுறை

77. Geometricall - வடிவியல்

78. Assumption - அனுமானம்

79. Simultaneously - ஒரே நேரத்தில்

80. Unstructured Observation - கட்டமைக்கப்படாத கவனிப்பு

81. Structured Observation - கட்டமைக்கப்பட்ட கவனிப்பு

82. Participant Observation - பங்கேற்பாளர் கவனிப்பு

83. Non-Participant Observation - பங்கேற்பாளர் அல்லாத கவனிப்பு

84. Disguised Observation - மாறுவேட அவதானிப்பு

85. Controlled And Uncontrolled Observation - கட்டுப்படுத்தப்பட்ட மற்றும் கட்டுப்பாடற்ற கவனிப்பு

86. Ex-Post Facto Method - முன்னா பிந்தைய உண்மை முறை

87. Post Facto Method பிந்தைய உண்மை முறை

88. Longitudinal Research Approach - நீளமான ஆராய்ச்சி அணுகுமுறை

89. Thematic Apperception Test - கருப்பொருள் அறிமுக சோதனை

90. Rosenzweig Test - ரோசென்ஸ்வீக் சோதனை

91. Rorschach Test - ரோர்சாக் சோதனை

92. Holtzman Inkblot Test - ஹோால்ட்ஸ்மேன் இன்க்ளாட் சோதனை

93. Tomkins-Horn Picture Arrangement Test - டாம்கின்ஸ் - ஹார்ன் படட ஏற்பாடு சோதனை

94. Statistics Of Attributes - பண்புகளின் புள்ளிவிவரங்கள்

95. Class-Intervals - வகுப்பு இடைவெளிகள்

96. Statistics Of Variables - மாறிகளின் புள்ளிவிவரங்கள்

97. Cross Tabulation - குறுக்கு அட்டவணை

98. Content-Analysis - உள்ளடக்கம் -பகுப்பாய்வு

99. Sociometry - சமூகவியல்

100. Sociograms - சோசியோகிராம்கள்

101. Case Study Method - வழக்கு ஆய்வு முறை

102. Homogeneous Groups - ஒரே மாதிரியான குழுக்கள்

103. Phenomenon - நிகழ்வு

104. Tabulation - அட்டவணை

105. Class Magnitude - வர்க்க அளவு

106. Class Limits - வகுப்பு வரம்புகள்

107. Don't Know Response(Dk Response) - பதில் தெரியாது (Dk பதில்)

108. multiple Regression Analysis - பல பின்னடைவு பகுப்பாய்வு

109. Canonical Analysis - நியதி பகுப்பாய்வு

110. Causal Analysis - காரண பகுப்பாய்வு

111. Multivariate Analysis - பன்முக பகுப்பாய்வு

112. Multiple Discriminant Analysis - பல பாகுபாடு பகுப்பாய்வு

113. Descriptive Statistics - விளக்க புள்ளிவிவரங்கள்

114. Inferential Statistics - அனுமான புள்ளிவிவரங்கள்

115. Standard Deviation - நிலையான விலகல்

116. Geometric Mean - வடிவியல் சராசரி

117. Harmonic Mean - ஹார்மோனிக் சராசரி

118. Skewness And Kurtosis - வளைவு மற்றும் குர்தோசிஸ்

119. Multiple Correlation Coefficient - பல தொடர்பு குணகம்,

120. Partial Correlation Coefficient - பகுதி தொடர்பு குணகம்

121. Measures Of Central Tendency - மையப் போக்கின் நடவடிக்கைகள்

122. Statistical Averages - புள்ளிவிவர சராசரி

123. Arithmetic Average - எண்கணித சராசரி

124. Mean, Median And Mode - சராசரி, சராசரி மற்றும் பயன்முறை

125. Symbol For Summation - தொகைக்கான சின்னம்

126. Geometric Mean - வடிவியல் சராசரி

127. Harmonic Mean - ஹார்மோனிக் சராசரி

128. Measures Of Dispersion - பரவல் நடவடிக்கை

129. Mean Deviation - அர்த்தம் விலகல்

130. Standard Deviation - நிலையான விலகல்

131. Symmetrical - சமச்சீர்

132. Asymmetrical - சமச்சீரற்ற

133. Bivariate Or Multivariate Populations - இருவேறு அல்லது பன்முக மக்கள் தொகை

134. Univariate Populations - ஒற்றுமையற்ற மக்கள் தொகை

135. Ordinal Data - சாதாரண தரவு

136. Partial Correlation - பகுதி தொடர்பு

137. Correlation or Coefficients - தொடர்பு அல்லது குணகம்

138. Attribute Or Attributes - பண்புக்கூறு அல்லது பண்புக்கூறுகள்

139. Contingency Table - தற்செயல் அட்டவணை

140. Time Series Analysis - நேரத் தொடர் பகுப்பாய்வு

141. Secular Trend - மதச்சார்பற்ற போக்கு

142. Short Time Oscillations - குறுகிய கால ஊசலாட்டம்

143. Cyclical Fluctuations - சுழற்சி ஏற்ற இறக்கங்கள்

144. Seasonal Fluctuations - பருவகால ஏற்ற இறக்கங்கள்

145. Irregular Fluctuations - ஒழுங்கற்ற ஏற்ற இறக்கங்கள்

146. Random Fluctuations - சீரற்ற ஏற்ற இறக்கங்கள்

147. Cross Tabulation - குறுக்கு அட்டவணை

148. Multi-Collinearity - பல-கூட்டுத்தன்மை

149. Sampling Frame - மாதிரி சட்டகம்

150. Sampling Design - மாதிரி வடிவமைப்பு

151. Statisitc(S) And Parameter - புள்ளியியல் அளவுரு

152. Sampling Error - மாதிரி பிழை

153. Sampling Distribution - மாதிரி விநியோகம்

154. Precision - துல்லியம்

155. Extraneous Variable - புறநிலை மாறி

156. Standard Error - நிலையான பிழை

157. Standard Deviation - நிலையான விலகல்

158. Estimators - மதிப்பீட்டாளர்கள்

159. Point Estimate - புள்ளி மதிப்பீடு

160. Interval Estimate - இடைவெளி மதிப்பீடு

161. Population Parameters - மக்கள் தொகை அளவுருக்கள்

162. Sample Proportion - மாதிரி விகிதம்

163. Sample Size - மாதிரி அளவு

164. Null Hypothesis - பூஜ்ய கருதுகோள்

165. Alternative Hypothesis - மாற்று கருதுகோள்

166. Empirical Reference - அனுபவ குறிப்பு

167. Two-Tailed Tests - இரண்டு வால் சோதனைகள்

168. One-Tailed Tests - ஒரு வால் சோதனைகள்

169. Rejection Regions - நிராகரிப்பு பகுதிகள்

170. Acceptance Region - ஏற்றுக்கொள்ளும் பகுதி

171. Non-Parametric Tests Hypotheses - அளவுரு அல்லாத சோதனைகள் கருதுகோள்கள்

172. Distribution-Free Test Of Hypotheses - கருதுகோள்களின் விநியோகம் இல்லாத சோதனை

173. Parametric Tests Of Hypotheses - கருதுகோள்களின் அளவுரு சோதனைகள

174. Standard Tests Of Hypotheses - கருதுகோள்களின் நிலையான சோதனைகள்

175. Degrees Of Freedom - சுதந்திரத்தின் அளவுகள்

176. Level Of Significance - முக்கியத்துவத்தின் நிலை

177. Implicitly - மறைமுகமாக

178. Binomial Distribution - இருவகைப் பரவல்

179. Poisson Distribution - விஷம் விநியோகம்

180. Normal Distribution - இயல்பான விநியோகம்

181. Goodness Of Fit - பொருத்தத்தின் நன்மை

182. Sum Of Square - சதுரத்தின் கூட்டுத்தொகை

183. Mean Square - சராசரி சதுரம்

184. Analysis Of Co-Variance(Anocova) - இணை மாறுபாட்டின் பகுப்பாய்வு (அனோகோவா)

185. Uncontrolled Variable - கட்டுப்பாடற்ற மாறி

186. Sign Test - அடையாளம் சோதனை

187. Paired Data - இணைக்கப்பட்ட தரவு

188. Explanatory Variable - விளக்க மாறி

189. Criterion Variable - அளவுகோல் மாறி

190. Dummy Variable (Or Pseudo Variable) - போலி மாறி

191. Multiple Regression - பல பின்னடைவு

192.   Multiple Discriminant Analysis - பல பாகுபாடு பகுப்பாய்வு

193. Prediction - கணிப்பு

194. Dependent Variable - சார்ந்த மாறி

195. Independent Variable - சுயாதீன மாறி

196. Eigen Value - ஈஜென் மதிப்பு

197.   Latent Root - மறைந்த வேர்

198. Centroid Factor - சென்ட்ராய்டு காரணி

199. Correlation Matrix - தொடர்பு மேட்ரிக்ஸ்

200. Maximum Likelihood Method - அதிகபட்ச சாத்தியக்கூறு முறை

201. Cluster Analysis - கோத்து பகுப்பாய்வு

202. Multidimensional Scaling (Mds) பல பரிமாண அளவிடுதல்

203. Bibliography – நூல் பட்டியல்

204. Rough Draft - வரைவு

205. Layout - தளவமைப்பு

206. Endmatter - முடிவு விஷயம்

207. Implications - தாக்கங்கள்

208. Recommendation - பரிந்துரை

209. Appendices - பிற்சேர்க்கைகள்

210. Quotations - மேற்கோள்கள்

211. Footnotes - அடிக்குறிப்புகள்

212. Documentation - ஆவணப்படுத்தல்

213. Publications - வெளியீடுகள்

முக்கிய கேள்வி-பதில்கள்

1. ஒரு நிகழ்வுடன் பரிச்சயம் பெறுவது அல்லது அது பற்றிய புதிய நுண்ணறிவுகளை அடைவது யாது?

   ஆய்வு அல்லது சூத்திர ஆய்வுகள்.

2. ஒரு குறிப்பிட்ட நபரின் பண்புகளை துல்லியமாக சித்தரிப்பது யாது?

   விளக்க ஆராய்ச்சி

3. ஆராய்ச்சியின் நோக்கம் எதற்கான பதில்களைக் கண்டுபிடிப்பது ?

   கேள்விகளுக்கான

4. ஆராய்ச்சியில் அறிவியல் நடைமுறைகளைப் பயன்படுத்தி எதை கண்டரிகிறோம் ?

   கேள்விகளுக்கான பதில்களை.

5. கண்டறியும் ஆராய்ச்சி ஆய்வுகள் என்றால்என்னா?

   அதிர்வெண்ணைத் தீர்மானிக்கும்

6. கருதுகோள்-சோதனை ஆராய்ச்சி ஆய்வுகள் என அறியப்படுவது யாது?

   அனுமான சோதனை

7. அராய்ச்சி என்றால்என்னா?

   அறிவு தேடல்

8. ஆராய்ச்சியை "புதிய அறிவைப் பெறுவதற்கான முறையான முயற்சி" என்று வரையறுத்தவர் யார்?

ரெட்மேன் மற்றும் மோரி

9. ஆராய்ச்சி என்பது சிக்கல்களை வரையறுத்தல் மற்றும் மறுவரையறை செய்வது, கருதுகோள் அல்லது பரிந்துரைக்கப்பட்ட தீர்வுகளை உருவாக்குகிறது; தரவைச் சேகரித்தல், ஒழுங்கமைத்தல் மற்றும் மதிப்பீடு செய்தல்; விலக்குதல் மற்றும் முடிவுகளை எடுப்பது; கடைசியாக முடிவுகளை கவனமாக பரிசோதித்து அவை உருவாக்கும் கருதுகோளுக்கு பொருந்துமா என்பதை தீர்மானிக்கும் என்று கூரியவர் யார்?.

கிளி.ஃபோர்ட் ஹூடி படி

10. அறிவு, கோட்பாட்டின் கட்டுமானத்தில் அல்லது ஒரு கலை நடைமுறையில் உதவியாக இருந்தாலும், அறிவை நீட்டிக்க, சரிசெய்ய அல்லது சரிபார்க்க பொதுப்படுத்தல் நோக்கத்திற்காக விஷயங்கள், கருத்துக்கள் அல்லது சின்னங்களை கையாளுதல் என்று கூரியவர் யார்?.

டி. ஸ்லெசிங்கர் மற்றும் எம். ஸ்டிபன்சன்

11. சமூக அறிவியல் மற்றும் வணிக ஆராய்ச்சியில் நாம் அடிக்கடி பயன்படுத்தும் ஆராய்ச்சி யாது?

முன்னாள் பிந்தைய உண்மை ஆராய்ச்சி

12. ஆராய்ச்சியாளருக்கு மாறிகள் மீது கட்டுப்பாடு இல்லை; அவர் என்ன நடந்தது அல்லது என்ன நடக்கிறது என்பதை மட்டுமே தெரிவிக்க முடியும் இந்த கூற்று எதை குறிக்கிறது?

முன்னாள் பிந்தைய உண்மை ஆராய்ச்சி

13. ஒரு சமூகம் அல்லது ஒரு தொழில்துறை, வணிக அமைப்பு எதிர்கொள்ளும் உடனடி பிரச்சனைக்கு ஒரு தீர்வைக் கண்டறிவது யாது?

பயன்பாட்டு ஆராய்ச்சி

14. முக்கியமாக பொதுமைப்படுத்தல் மற்றும் ஒரு கோட்பாட்டை உருவாக்குவது யாது?.

    அடிப்படை ஆராய்ச்சி

15. தரமான ஆராய்ச்சிக்கு ஒரு எடுத்துக்காட்டு யாது?

    ஊக்க ஆராய்ச்சி

16. அணுகுமுறை அல்லது கருத்து ஆய்வு, இதில் ஒரு குறிப்பிட்ட பொருள் அல்லது நிறுவனத்தைப் பற்றி மக்கள் எப்படி உணருகிறார்கள் அல்லது அவர்கள் என்ன நினைக்கிறார்கள் என்பதைக் கண்டறிய முடியும், இது எந்த ஆராய்ச்சியின் எடுத்துக்காட்டாக கருதலாம்.

    தரமான ஆராய்ச்சி

17. சில மாறிகள் மற்ற மாறிகளை ஏதோ ஒரு வகையில் பாதிக்கும் என்பதை கூறுவது எது?

    அனுபவ ஆராய்ச்சி

18. ஆராய்ச்சி முறைகள் எதன் மூலம் நடத்தப்படுகிறது?

    முறைகள்/நுட்பங்கள்

19. அறிவியல் முறை என்பது எந்த பரிசீலனையால் தீர்மானிக்கப்படும் உண்மையைத் தேடுகிறது?

    தர்க்கரீதியான

20. பரிசோதனை, அவதானிப்பு, ஏற்றுக்கொள்ளப்பட்ட தத்துவங்களின் தர்க்கரீதியான வாதங்கள், இந்த மூன்றின் கலவை யாது?

    அறிவியல் முறை

21. ஆராய்ச்சி செயல்முறையில் எத்தனை படி உள்ளது?

    பதினொன்று(11)

22. பொதுவான அனுபவத்தைப் பகிர்ந்து கொண்ட ஒரு குழுவினரின் ஒட்டுமொத்த திருப்தியை அளவிட வடிவமைக்கப்பட்ட கேள்விகளின் தொகுப்பு யாது?

அனுபவக் கணக்கெடுப்பு ஆய்வு

23. பைலட் சர்வே எவ்வாரு அழைக்கப்படுகிறது?

மாதிரி கணக்கெடுப்பு

24. கேள்வித்தாள் பொதுமக்களுக்குப் புரியுமா இல்லையா என்பதை அறிய பயன்படுவது எது?

பைலட் சர்வே

25. ஆராய்ச்சி சிக்கலை வரையறுக்கும் பணியை செய்வது யாது?

ஆராய்ச்சி வடிவமைப்பு

26. செயல்முறை நோக்கத்துடன் பொருளாதார நோக்கத்துடன் தொடர்புடைய நோக்கத்தை இணைக்கும் வகையில் தரவு சேகரிப்பு மற்றும் பகுப்பாய்வுக்கான நிபந்தனைகளின் ஏற்பாடு என்பது எதை குறிக்கிறது?

ஆராய்ச்சி வடிவமைப்பு

27. மாதிரிக்கான பொருட்களைத் தேர்ந்தெடுப்பதில் ஆராய்ச்சியாளர் பின்பற்றும் நுட்பம் அல்லது செயல்முறையைக் குறிப்பது யாது?

மாதிரி வடிவமைப்பு

28. எத்தனை உருப்படிகளை கவனிக்க வேண்டும் மற்றும் சேகரிக்கப்பட்ட தகவல் அல்லது தரவு எவ்வாறு பகுப்பாய்வு செய்யப்பட வேண்டும் என்பதை குறிப்பது யாது?

புள்ளிவிவர வடிவமைப்பு

29. எந்த வடிவமைப்பு மாதிரி, புள்ளிவிவர மற்றும் கவனிப்பு வடிவமைப்புகளில் குறிப்பிடப்பட்டுள்ள நடைமுறைகளை

மேற்கொள்ளக்கூடிய நுட்பங்களைக் கையாள்கிறது என்பதை விளக்குகிறது?

செயல்பாட்டு வடிவமைப்பு

30. பெரும்பாலும் நெகிழ்வான, பொருத்தமான, திறமையான, பொருளாதாரம் போன்ற பெயர்களால் வகைபடுத்தபடுவது யாது?

நல்ல வடிவமைப்பு

31. ஆயத்த திரைப்படங்கள் மற்றும் விரிவுரைகள் எந்த மாறிகளின் எடுத்துக்காட்டு?

சுதந்திர மாறிகள்

32. நடத்தை மாற்றங்கள், சுற்றுச்சூழல் கையாளுதலின் விளைவான நிகழ்வுகள் எந்த மாறிகளின் எடுத்துக்காட்டு?

சார்ந்(த)து மாறிகள்

33. வெவ்வேறு அளவு மதிப்புகளைப் பெறக்கூடிய ஒரு கருத்து --- ---------- என்று அழைக்கப்படுகிறது.

மாறிகள்

34. எதனை வகையான மாறிகள் உள்ளன?

இரண்டு(2)

35. தசம புள்ளிகளில் அளவு வேறுபட்ட மதிப்புகளை எடுக்கக்கூடிய நிகழ்வுகள் எவ்வாரு அழைக்கப்படுகின்றன?

தொடர்ச்சியான மாறிகள்

36. ஆய்வு ஆராய்ச்சியை இப்படியும் அழைக்கலாம்.

சூத்திர ஆராய்ச்சி

37. இந்த ஆராய்ச்சியில் முக்கிய நோக்கம் மிகவும் துல்லியமான விசாரணைக்கு ஒரு பிரச்சனையை உருவாக்குவது அல்லது

செயல்பாட்டிலிருந்து செயல்படும் கருதுகோள்களை உருவாக்குவது, இதுஎவ்வாரு அழைக்கபடுகிறது?

ஆய்வு ஆராய்ச்சி

38. ஒரு குறிப்பிட்ட தனிநபரின் அல்லது ஒரு குழுவின் பண்புகளை விவரிப்பதில் அக்கறை கொண்ட ஆய்வுகள் ------------- ஆகும்,

விளக்க ஆராய்ச்சி

39. பேராசிரியர் ஆர்.ஏ. ∴பிஷரின் எந்த வடிவமைப்பு ஆராய்ச்சியில் தொடர்புடையாவர் .

சோதனை வடிவமைப்பு

40. கருதுகோள்-சோதனை ஆராய்ச்சி ஆய்வுகளை இவ்வாரும் அழைக்கலாம்.

சோதனை ஆய்வு

41. ஒரு அனுமானத்தினை இது உண்மையாக இருக்குமா என்று சோதிக்க முடியும் என்பதற்கான வாதத்திற்காக முன்மொழியப்பட்ட ஒரு யோசனையை என்ன என்றுகூரலாம்?

கருதுகோள்

42. விவசாய ஆராய்ச்சியில் அடிக்கடி பயன்படுத்தப்படும் ஒரு சோதனை யாது?

லத்தீன் சதுர வடிவமைப்பு

43. மக்களிடமிருந்து ஒரு மாதிரியைப் பெறுவதற்கான திட்டம்----------- எனப்படும்.

மாதிரி வடிவமைப்பு

44. மூன்று அல்லது அதற்கு மேற்பட்ட சுதந்திர மாறிகள் ஒரே நேரத்தில் ஆய்வுக்காக எடுத்துக்கொண்டால் அதை எவ்வாரு அழைக்கலாம்?

சிக்கலான காரணி வடிவமைப்பு

45. இரண்டு சார்ந்து மாறிகள் ஒரே நேரத்தில் ஆய்வுக்காக எடுத்துக்கொண்டால் அதை எவ்வாரு அழைக்கலாம்?

எளிய காரணி வடிவமைப்பு

46. மாதிரி வடிவமைப்பு எத்தனை வகைகளை கொண்டது?

இரண்டு(2)

47. நிகழ்தகவு மாதிரி ------------ என்றும் அழைக்கப்படுகிறது?

சீரற்ற மாதிரி

48. ஒதுக்கீடு மாதிரி எந்த மாதிரியின் எடுத்துக்காட்டு?

நிகழ்தகவு இல்லாத மாதிரி

49. தடைசெய்யப்பட்ட மாதிரியை கொண்டது எது?

ஒதுக்கீடு மாதிரி

50. ஆய்வின் மொத்த பரப்பளவு பெரியதாக இருந்தால், அந்த பகுதியை பல சிறிய பகுதிகளாகப் பிரித்து, பின்னர் இந்த சிறிய பகுதிகளின் எண்ணிக்கையை தோராயமாகத் தேர்ந்தெடுப்பது என்ன என்று அழைக்கப்படுகிறது?

கொத்து மாதிரி

51. கொத்து மாதிரியை இப்படியும் அழைக்கலாம்?

பகுதி மாதிரி

52. வெப்பநிலை அளவீட்டு தரவுகளை எப்படி கணக்கிடலாம்?

இடைவெளி தரவு

53. பெயரளவிலான அளவுகோல் என்பது தரவுகளுக்கு அடையாளங்களை அடையாளப்படுத்துவதற்காக ------------------ ஒதுக்கும் ஒரு அமைப்பாகும்.

எண் குறியீடுகளை

54. மிகவும் துல்லியமான ஒப்பீடுகளை செய்ய முடியாது ஆனால் ஒரு நபர் இன்னொருவரை விட அதிகமாகவோ அல்லது குறைவாகவோ இருக்கிறார் என்று கூறுவது யாது?

சாதாரண அளவு

55. அளவின் பரிணாமத்தை எத்தனை வகைகளாக பிரிக்கலாம்?

இரண்டு(2)

56. அளவின் கட்டுமான நுட்பங்கள் எத்தனை வகைப்படும்?

ஐந்து(5)

57. ஒருமித்த அளவுமுறை பயன்பாட்டோடு தொடர்புடையவர் யார்?

LL தர்ஸ்டோனி

58. பொருள் பகுப்பாய்வு அணுகுமுறை எந்த அளவை கொண்டு பயன்படுத்தப்படுகிறது?

லிகர்ட் (சுருக்கமான) அளவு

59. ஒட்டுமொத்த அளவிலான அணுகுமுறையில் தொடர்புடையது யாது?

குட்மேனின் ஸ்காலோகிராம்

60. எத்தனை வகையான தரவு சேகரிப்பு முறை உள்ளன?

இரண்டு(2)

61. நடத்தை அறிவியல் ஆய்வுகளில் பயன்படுத்தப்படும் முறைமை எது?

கவனிப்பு முறை

62. விளக்கமான ஆய்வுகளுக்கு பொருந்தக்குடிய முறை எது?

கட்டமைக்கப்பட்ட அவதானிப்பு.

63. சமுக ஆராய்ச்சியின் முறைகள் என்ற புத்தகத்தின் ஆசிரியர் யார்?

சி.ஆர் கோத்தாரி

64. ஒரு அமைப்பில் மதிய உணவு இடைவேளை காரணிகளை ஆராய ஒரு ஆராய்ச்சி விரும்புகிறது. இந்த ஆய்வுக்கு எந்த ஆராய்ச்சி முறை மிகவும் பொருத்தமானதாக இருக்கும்

முன்னாள் பிந்தைய உண்மை முறை

65. டிப்பிட்(Tippit table) அட்டவனையில் குறிப்பிடபடுவது யாது?

சீரற்ற இலக்கம், மாதிரி முறைகள், புள்ளிவிவர விசாரணைகள்

66. டிப்பிட்(Tippit table) அட்டவனையில் முதன் முதலில் வெளியிட்டவர் யார்?

எல்.ஹ.சி.டிப்பிட், 1927

67. தொடர்பு பகுப்பாய்வின் முக்கிய பண்பு என்ன?

மாறிகள் இடையே இணைவது

68. பூஜ்ய கருதுகோள்கள் உண்மையாக இருந்தாலும் நிராகரிக்கக் கூடிய வகை எது?

வகை- I பிழை

69. நீளமான ஆராய்ச்சி அணுகுமுறை உண்மையில் எதைக் கையாள்கிறது?

நீண்ட கால ஆராய்ச்சி

70. இரண்டு மாறிகள் இடையே உள்ள வேறுபாட்டைப் புரிந்து கொள்ள உதவுவது யாது?

காரணி பகுப்பாய்

71. கற்பித்தல் ஆராய்ச்சியின் தந்தை" என்று அழைபாடுபவர் யார்?

என் எல் கேஜ்(N. L. Gage)

72. பூஜ்ய கருதுகோளை சோதிக்க, ஒரு ஆராய்ச்சியாளர் பயன்படுத்துகிறார்

ANOVA

73. இரண்டு அல்லது அதற்கு மேற்பட்ட மாறிகளுக்கு இடையிலான உறவை தீர்மானிக்கும் நிகழ்வு யாது?

தொடர்பு ஆய்வு.

74. ஆராய்ச்சி செயல்முறைக்கான முதன்மை தரவு எப்படி சேகரிக்கப்படுகிறது?

கணக்கெடுப்பு, பரிசோதனை

75. மாதிரி வடிவமைப்பின் குறிக்கோள் முறையில், பொருட்கள் ________ அடிப்படையின்படி தேர்ந்தெடுக்கப்படுகின்றன.

நிகழ்தகவு சட்டம்

76. அடிப்படை உணர்வுகள் அல்லது உந்துதல்கள் அல்லது தனிநபரின் வாழ்க்கை அனுபவத்துடன் தொடர்புடைய தரவுகளை சேகரிக்கும் முறையை எப்படி அழைப்பது?

மருத்துவ நேர்காணல்

77. சாதாரண அசாதாரண படங்களை பதிலளிப்பவர்களிடம் காண்பித்து கேட்கப்படும் கேள்விமுறையினை எப்படி அழைக்கலாம் ?

கருப்பொருள் அறிமுக சோதனை, (T.A.T.)

78. கேலிச்சித்திரம் கொண்டு கேட்கப்படும் கேள்விமுறையினை எப்படி அழைக்கலாம்?

ரோசென்ஸ்வீக் சோதனை

79. ஒரு 10 அட்டையில் அர்த்தமற்ற வடிவமைப்பை வரைந்து அதன் மூலம் கேட்கப்படும் கேள்விகளை என்னவென்று அழைப்பது?

ரோர்சாக் சோதனை

80. ஒரு 45 அட்டையில் அர்த்தமற்ற வடிவமைப்பை வரைந்து அதன் முலம் நிறம், இயக்கம் சம்பத்தப்பட்ட கேள்விகள் கேட்பதை என்னவென்று அழைப்பது?

ஹோல்ட்ஸ்மேன் இன்க்ளாட் டெஸ்ட் (HIT)

81. டாம்கின்ஸ்-ஹார்ன் பட ஏற்பாடு சோதனை எதற்காக வடிவமைக்கப்பட்டுள்ளது?

குழு நிர்வாகத்திற்கு.

82. டாம்கின்ஸ்-ஹார்ன் பட ஏற்பாடு சோதனை எத்தனை தட்டுகளைக் கொண்டுள்ளது?

இருபத்தைந்து

83. டாம்கின்ஸ்-ஹார்ன் பட ஏற்பாடு சோதனை இருபத்தைந்து தட்டுகலும் எத்தனை ஓவியங்களைக் கொண்டுள்ளது?

மூன்று

84. தலைவர்கள் மற்றும் மருந்துகள் பற்றிய கருத்துக்களை ஆராய்ய பயன்படுவது எது?

சோசியோகிராம்(Sociogram)

85. ஒரு குழுவில் தனிநபர்களிடையே உள்ள சமூக உறவுகளை விவரிப்பதற்கான நுட்பம் எது?

சமூகவியல்

86. புத்தகங்கள்,பத்திரிகைகள் மற்றும் செய்தித்தாள்கள் இவைகளில் இருந்து பெறப்படும் தரவு எவ்வாறு அழைக்கபடுகிறது?

இரண்டாம் நிலை தரவு

87. புள்ளிவிவர முறையில் தரவுகளை சேகரிப்பதை வலியுறுத்தியவர் யார்?

டாக்டர். ஏ.எல். பவுலிஸ்(Dr. A.L. Bowley's)

88. எச். ஓடுமின்(H. Odum) எந்த நுட்பத்தை வலியுறுத்தினோர்?

வழக்கு ஆய்வு முறை

89. ஒரு தனி மனித அள்ளது குழுவின் தன்மையை பற்றி ஆராயும் நுட்பத்தினை எப்படி அழைப்பது?

வழக்கு ஆய்வு முறை

90. சமூகம் சார்ந்த துறையில் முதன் முதலில் வழக்கு ஆய்வு முறையை அறிமுகப்படுத்தியவர் யார்?

∴ப்ரெடெரிக் லு ப்ளேக்கு

91. சூழ்நிலைகளுக்கு ஏற்ப மனித நடத்தை மாறுபடலாம் என்ற போதிலும் ஒற்றுமையே மனித இயல்பில் அடிப்படை என்ற அனுமானத்தினை உடையது எது?

வழக்கு ஆய்வு முறை

92. சிகிச்சை முறையும் அதன் பயன்படும் எந்த ஆய்வு முறையில் பயன்படுதப்படுகிறது?

வழக்கு ஆய்வு முறை

93. தரவு பகுப்பாய்வை ஒரு குழுவாகவோ அல்லது வகுப்பகவோ பிரிப்பதை எப்படி ஆழைக்கலாம்?

வகுப்பு இடைவெளி

94. வருமானம், உற்பத்தி, வயது, எடை போன்றவற்றுடன் தொடர்புடைய இத்தகைய தரவுகளை எவ்வாறு அழைப்பது?

மாறிகளின் புள்ளிவிவரங்கள் (அ)வகுப்பு இடைவெளி

95. வகுப்பு இடைவெளியின் அளவை தீர்மானிக்கும் சூத்திரம், யாரால் பரிந்துரைக்கப்பட்டது?

எச்.ஏ. ஸ்டர்ஜஸ்(H.A. Sturges)

96. எச்.ஏ. ஸ்டர்ஜஸ்சின் சூத்திரம் என்ன?

$i = R/(1 + 3.3 \log N)$

97. சுயாதீன மாறிகளுடனும் சார்பு மாறியைப் கூட்டுறவு பகுப்பாய்வு பற்றிய ஒரு கணிப்பை எப்படி அழைக்கலாம்?

பல பின்னடைவு பகுப்பாய்வு

98. இந்த பகுப்பாய்வு அளவிடக்கூடிய மற்றும் அளவிட முடியாத மாறிகள் ஆகியவற்றுடன் பயன்படுத்தப்பட்டு, அதே நேரத்தில் அவற்றின் சார்பு மாறிகளின் கூட்டுறவிலிருந்து சுயாதீன மாறிகளின் தொகுப்பைக் கொண்டு கணிக்கப்படும் பகுப்பாய்வை எப்படி கூறுவது?

நியமன பகுப்பாய்வு

99. தொடர்பு குணகம் என்பது மாறிகளின் புள்ளிவிவரங்களின் போது அடிக்கடி பயன்படுத்தப்படும் அளவீடு என்று யாரால் பரிந்துரை செய்யப்பட்டது?

கார்ல் பியர்சன்(Karl Pearson)

100. 100000. பண்புகளின் புள்ளிவிவரங்களில் யாருடைய குணகம் பயன்படுத்தப்படுகிறது.?

யூலின்(Yule)

101. வடிவியல் சராசரி சூத்திரத்தினை எப்படி எழுதலாம்?

$= n\sqrt{\prod X_i}$

102. பகுப்பாய்வின் பொது தரமான நிகழ்வுகளின் சூழலில் மட்டுமே பயன்படுத்தப்படுவது யாது?

சராசரி

103. ஒரு பகுப்பாய்வில் பொருட்களின் மதிப்புகளின் பரஸ்பர சராசரியின் பரஸ்பரம் என்ன என்று வரையறுக்கப்படுவது யாது?

ஹார்மோனிக் சராசரி

104. ஒரு மாறியில் மதிப்புகளின் சிதறலை அளவிடுவதற்காக எடுக்கப்படும் நடவடிக்கை என்ன என்று அழைக்கபடுகிறது?

சிதறல் அளவீடுகள்

105. நிலையான விலகளின் சின்னம் என்ன?

சிக்மா(σ)

106. சராசரி விலகலுக்கான சின்னம் என்ன ?

டெல்டா(δ)

107. நிலையான விலகள் எப்படி வரையறுக்கப்படுகிறது?

சதுர வேர்

108. இரண்டு சாதாரண மாறிகள் இடையே உள்ள தொடர்பின் அளவை நிர்ணயிக்கும் நுட்பம் யாரால் பரிந்துரைக்கப்பட்டது?

சார்லஸ் ஸ்பியர்மேனின் குணகம்

109. ஸ்பியர்மேனின் தொடர்பு குணகம் அளவீடு என்ன?

(rs)

110. கார்ல் பியர்சனின் தொடர்பு குணகம் அளவீடு என்ன?

(r*)

111. சுதந்திர மாறி மற்றும் சார்பு மாறியின் விளைவை அளவிடுவது எது?

தொடர்பின் பகுதி குணகம்

112. இரண்டு பண்பு கூறுகளுக்கிடையேயான தொடர்பின் முக்கியத்துவத்தை தீர்மாணிக்க எதை கையால்கிறோம் ?

சி-சதுரத்தின் (அ) கை வர்க்கச்சோதனை

113. ஏ-டெஸ்ட் (A-test) இந்த தேர்வு முறை யாரால் முன்மொழியப்பட்டது?

ஜோசப் சாண்ட்லர்

114. தொடர்புடைய மாதிரிக்களை பயன்படுத்தப்படும்போது, கருதுகோள் சராசரி வேறுபாடு பூஜ்ஜியமாக இருக்கும்போது ஆராய்ச்சியாளர்கள் எந்த சோதனையைப் பயன்படுத்தலாம்?

ஏ-டெஸ்ட் (A-test)

115. மாதிரிகளில் உள்ள கூடுதல் தகவலின் மதிப்பை அளவிட எந்த முறையை பயன்படுத்தலாம் ?

பேய்சியன்(Bayesian) புள்ளிவிவரம்

116. மாதிரியின் அளவை அளவீடும் அளவீடு என்ன?

N(n)

117. பூஜ்ய கருதுகோள் பொதுவாக எப்படி அடையாளப்படுத்தப்படுகிறது?

H0

118. மாற்று கருதுகோள் பொதுவாக எப்படி அடையாளப்படுத்தப்படுகிறது?

Ha

119. பூஜ்ய கருதுகோளை நிராகரிப்பது என்று நாம் முடிவு செய்தால் அதை எப்படி அழைக்கலாம்?

மாற்று கருதுகோள்.

120. கருதுகோள் 5% இருந்தால் என்ன நிராகரிக்கப்படும்?

பூஜ்ய கருதுகோள்

121. ஒரு மாதிரியின் கருதுகோள் நிகழ்தகவு 5% குறைவாக இருந்தால் என்ன நிகழும்?

பூஜ்ய கருதுகோள் உண்மை

122. கருதுகோள்களின் சோதனையில் வகை I பிழை எப்படி அழைக்கப்படுகிறது?

i. α (ஆல்பா) பிழை

123. கருதுகோள்களின் சோதனையில் வகை II பிழை எப்படி அழைக்கப்படுகிறது?

β (பீட்டா) பிழை

124. மக்கள் தொகை சராசரி சில கருதுகோள் மதிப்பை விட குறைவாகவோ அல்லது அதிகமாகவோ இருந்தால் அதை எப்பாடு அழைக்களாம்?

ஒரு வால் சோதனை

125. மாதிரி சராசரி, மக்கள் தொகை சராசரியின் கருதுகோள் மதிப்பை விட கணிசமாக அதிகமாகவோ அல்லது குறைவாகவோ இருந்தால், இரண்டு வால் சோதனையின் முடிவு என்ன?

பூஜ்ய கருதுகோளை நிராகரிக்கிறது.

126. மாற்று கருதுகோள் பூஜ்ய கருதுகோளின் குறிப்பிட்ட மதிப்புக்கு சமமாக இல்லாத மதிப்பாகவும் இருந்தால் எந்த சோதனை பொருத்தமானது?

இரண்டு வால் சோதனை

127. பெயரளவு அல்லது சாதாரண தரவை மட்டுமே பயன்படுத்தும் சேதனை என்ன?

அளவுரு அல்லாத சோதனை

128. சி-சதுரம், குறியீடு என்ன?

χ^2

129. ஒரு கோட்பாட்டு மாறுபாட்டுடன் ஒரு மாறுபாட்டை ஒப்பிடுவதற்கான மாதிரி பகுப்பாய்வின் சூழலில் பயன்படுத்தப்படும் ஒரு புள்ளிவிவர நடவடிக்கை என்னவென்று அழைப்பது?

சி-சதுரம்

130. ஒரு அட்டவணையுடன் தொடர்புடைய χ^2 மதிப்பின் தொடர்ச்சிக்கான திருத்தத்தை பரிந்துரைத்தவர் யார்?

எஃப். யேட்ஸ்(F. Yates)

131. சி-சதுரம் எதை ------------------ அடிப்படையாகக் கொண்டது

அதிர்வெண்களை

132. ஒரு நாட்டுப்புற மக்களின் பார்வையில் இருந்து ஒரு கலாச்சாரம் அல்லது வாழ்க்கை முறையை விவரிக்கும் செயல்முறை ------------------- ஆகும்.

இனவரைவியல்

133. எண்டோகிரோகியை தடித்த விளக்கம் என்று அழைத்தவர் யார்?

கிளி:ஃபோர்ட் கீர்ட்ஸ்

134. சமூகவியல் முறையை நிறுவியவர் யார்?

ஜெ.எல்.மொரேனோ(j.l.moreno)

135. காப்பக தரவு -------------- என்றும் அழைக்கப்படுகின்றன?

தனியார் ஆதாரங்கள்

136. எந்த மாதிரி செயல்முறை, ஒவ்வொரு பொருளையும் தேர்ந்தெடுக்கும் சம நிகழ்தகவை அளிக்கிறது?

எளிய சீரற்ற மாதிரி

137. ஆராய்ச்சிக்கான பரிந்துரை அல்லது நிலையான யோசனைகளைச் செய்வதற்கான இடம் -------------------ஆகும்.

முடிவு

138. T.A.T என்பதன் விளக்கம் என்ன?

தொகுப்பு பாராட்டு சோதனை(Thematic Appreciation Test)

139. ஆராய்ச்சியில் H.I.T என்பது என்ன?

ஹோல்ட்ஸ்மேன் இன்க்ப்ளாட் சோதனை (Holtzman Inkblot Test)

140. புள்ளியியல் தரவுகளை சேகரிப்பதில் பொது அறிவு என்பது தலைமை ஆசிரியரின் முக்கிய தேவை மற்றும் அனுபவம் ஆகும் என்று வலியுறுத்தியவர் யார்?

ஏ.எல்.பௌலி

141. டி-சோதனை(t-test) யாரால் பரிந்துரைக்கப்பட்டது?

சார் வில்லியம் எஸ்.கோசெட்(Sir William S.Gosset).

142. டி-சோதனைக்கு மாற்றாக ஒரு-சோதனை பற்றிய யோசனையை உருவாக்கியவர் யார்?

ஜெ.சன்ட்லர் (j.sandler).

143. மாறுபாடு என்ற வார்த்தையைப் பயன்படுத்திய முதல் மனிதன் யார்?

ஆர்.ஏ. ∴பிஷர்(R.A. Fisher)

144. அண்ணோவ (ANOVA) என்பதன் விளக்கம்?

மாறுபாட்டின் பகுப்பாய்வு (ANOVA)

145. தரவரிசை தொடர்பு திறமை முறை (ரேங்க் கோரிலேஷன் கோஃபிசியன்ட்) என்ற கருத்தை உருவாக்கியவர் யார்?

சி.சிப்ர்மன் (C.Spearman.)

146. யு-சோதனை எப்படி அறியப்படுகிறது

வில்காக்சன் மேனி விட்னி (Wilcoxon-Mann-Whitney test)

147. எச் -சோதனை எப்படி அறியப்படுகிறது

க்ருஸ்கல்-வாலிஸ் சோதனை (kruskal-wallis test)

148. மாதிரி இல்லாமல் கருதுகோள் சோதனை என்ன என்று அறியப்படுகிறது?

விநியோக இலவச சோதனை

149. ஒத்திசைவு குணகம் என்ற கருத்தை உருவாக்கியவர் யார்?

கென்டல்

150. காரணி பகுப்பாய்வு முறையை உருவாக்கியவர் யார்?

எல்.எல்.தர்ஸ்டன்

151. காரணி பகுப்பாய்வை கூறுகள் முறையில் உருவாக்கியவர் யார்?

எச்.ஹோட்டலிங்

152. அறிவியல் சமூக ஆய்வுகளின் தந்தை என்று கருதப்படுபவர் யார்?

டார்வின் மற்றும் பிஸ்ட்

153. இதனை ஆராய்ச்சியில் அளவிடக்கூடிய பொருள்கள், நிகழ்வுகள் அல்லது விஷயங்களின் பண்புக்கூறுகள் என்று அழைக்கப்படுகின்றன?

மாறிகள்.

154. மக்கள் தொகை வரையறுக்கப்பட்டதாக இருக்கும்போது பொதுவாக எந்த நுட்பங்கள் பின்பற்றப்படுகின்றன?

முறையான மாதிரி

155. சோதனை ஆய்வு ஒற்றை மாறியின் ------------------ அடிப்படையாகக் கொண்டது.

சட்டத்தை

156. ஆராய்ச்சி அவரது மக்கள்தொகையை சில குழுக்களாகப் பிரித்து, ஒவ்வொரு குழுவிலிருந்தும் மாதிரியின் அளவை நிர்ணயிக்கிறது. இது என்ன என்று அழைக்கப்படுகிறது.

ஒதுக்கீடு மாதிரி

157. வரலாற்று ஆய்வுகளில் ------------------ உருவாக்குவது அவசியமில்லை.

கருதுகோளை

158. ஒரு ஆராய்ச்சியாளர் மொத்த மக்கள்தொகையில் 100 நிகழ்தகவு மாதிரியைத் தேர்ந்தெடுக்கிறார் இது என்ன என்று அழைக்கப்படுகிறது?

சீரற்ற மாதிரி

159. ஒரே நேரத்தில் நான்கு நாணயங்களை வீசும் தலை மற்றும் வால் நிகழ்தகவு எப்படி இருக்கும்?

1\16

160. ஆராய்ச்சி என்ற சொல் எந்த மொழியிலிருந்து பெறப்பட்டது?

லத்தீன்

161. ஒட்டுமொத்த அதிர்வெண் வளைவு என்ன என்று அழைக்கப்படுகிறது?

ஓகிவ்

162. நடுத்தர காலாண்டு ------------------ என்று அழைக்கப்படுகிறது.

சராசரி

163. ஒரு விநியோகத்தை பத்து சம பாகங்களாகப் பிரிக்கும் அளவு ------------- எனப்படும்.

டெசில்

164. தரவுத் தொடரின் ஒத்திசைவான சராசரியானது, அதன் மாறுபட்ட உருப்படிகளின் மதிப்பின் பரஸ்பரம் ------------------ பரஸ்பரமாகும்.

எண்கணித சராசரி

165. நிலையான விலகல் எப்போதும் எதிலிருந்து கணக்கிடப்படுகிறது.

சராசரியிலிருந்து

166. மாறுபாடு எப்படி அளவீடு என்ன ?

s2

167. எது நேர்மறையாக இருக்கும்போது, விநியோகம் சாதகமாக வளைந்ததாகக் கூறப்படுகிறது?

சாய்வின் குணகம்

168. சராசரி பயன்முறையை விட குறைவாக இருப்பது எது?

வளைவின் எதிர்மறை குணகம்

169. கார்ல் பியர்சன் சாய்வின் குணகம் ------------------ இருக்கலாம்.

நேர்மறை மற்றும் எதிர்மறையாக

170. கொடுக்கப்பட்ட பதிலில் இருந்து ஒரு பொருளைச் சரிபார்ப்பதை எப்பாடு அழைப்பது?

கேள்வித்தாளின் மூடிய வடிவம்

171. ஒரு சி-சதுரம் இரண்டு பண்புக்கூறுகளுக்கிடையேயான தொடர்பின் அளவைப் பற்றிய மதிப்பீட்டை வழங்கவில்லை என்றால், பெறப்பட்ட χ_2 மதிப்பை எப்படி கருதலாம்?

∴பை(Phi) குணகம்

172. ∴பை குணகத்தின் குறியீடு என்ன?

φ

173. மாறிகளுக்கு இடையிலான உறவின் அளவு குறித்து கணக்கிட பயன்படுவது எது?

∴பை(Phi) குணகம்

174. விவசாய ஆராய்ச்சியில் அடிக்கடி பயன்படுத்தப்படும் ஒரு சோதனை வடிவமைப்பு சோதனை என்ன?.

லத்தீன்-சதுர வடிவமைப்பு

175. ஒருவர் சார்பு மாறிக்கும் கட்டுப்பாடற்ற மாறிக்கும் இடையே ஒருவித தொடர்பு இருப்பதாகக் கூறும் நுட்பம் என்ன?

இணை மாறுபாட்டின் பகுப்பாய்வு(ANOCOVA)

176. அறிகுறி சோதனை எந்த சோதனையோடு தொடர்புடையது?

அளவுரு சோதனை

177. ஒரு மாதிரியின் அவதானிப்புகளின் பிள்ஸ் அல்லது மைனஸ் அறிகுறிகள் திசையை அடிப்படையாகக் கொண்டு கணக்கிடப்படுகிறது, இது எப்படி அழைக்கப்படுகிறது?

அறிகுறி சோதனை

178. இரண்டு தரவுத் தொகுப்புகளுக்கு இடையே எந்த வித்தியாசமும் இல்லாத ஒரு கருதுகோளை எடுத்து செய்ப்படும் சோதனை என்ன?

∴பிஷர்-இர்வின் சோதனை

179. அவதானிப்புகளின் தரத்தை அடிப்படையாகக் கொண்ட தொடர்பின் அளவீடாகும், ஆனால் தரவின் எண் மதிப்புகளை அடிப்படையாகக் கொண்டதல்ல, இதை எப்படி அழைக்கலாம்?

ஸ்பியர்மேனின் தரவரிசை தொடர்பு சோதனை(Spearman's Rank Correlation)

180. கெண்டலின் ஒத்திசைவு குணகம், என்ன குறியீட்டால் குறிக்கப்படுகிறது?

W

181. சார்பு முறைகள் மற்றும் ஒன்றுக்கொன்று சார்ந்திருக்கும் முறைகள் எதன் வகைகளாக கருதப்படுகின்றன?

பலதரப்பட்ட நுட்பங்கள்

182. பாரபட்சமான பகுப்பாய்வு நுட்பத்தின் மூலம், சுயாதீன மாறிகளின் தொகுப்பின் அடிப்படையில் இரண்டு அல்லது அதற்கு மேற்பட்ட பரஸ்பர பிரத்தியேக மற்றும் முழுமையான குழுக்களில், தனிநபர்கள் அல்லது பொருட்களை வகைப்படுத்தலாம், இதை எவ்வாரு அழைக்கலாம்?

பாரபட்சமான பகுப்பாய்வு நுட்பம்

183. பாரபட்சமான பகுப்பாய்விற்கு இடைவெளி சுயாதீன மாறிகள் மற்றும் ----------------- தேவை.

பெயரளவு சார்ந்த மாறிகள்

184. விளக்க மாறிகளின் தொகுப்பு, கூட்டு இணை மாறுபாட்டிலிருந்து ஒரே நேரத்தில் அளவுகோல் மாறிகளின் தொகுப்பைக் கணிக்க முயற்சி செய்யப்படுவதை எவ்வாரு அழைக்கலாம் ?

கேனானிகல் தொடர்பு பகுப்பாய்வு

185. மாறிகள் அனைத்தும் ஒன்றுக்கொன்று வித்தியாசமாக இருந்தால், இந்த குறியீடு குறைவாக இருக்கும்.

சதுரங்களின் மொத்த கூட்டு

186. ஒவ்வொரு காரணிக்கும் முழுமையான ஏற்றுதல்களின் மிகப்பெரிய தொகையைப் பிரித்தெடுக்கும் முறை என்ன?

காரணி பகுப்பாய்வு

187. பகுப்பாய்வு மற்றும்/அல்லது சோதனை ஆய்வுக்குப் பிறகு சேகரிக்கப்பட்ட உண்மைகளிலிருந்து அனுமானங்களை வரைவதற்கான பணியைக் எப்படி குறிக்கலாம்?.

விளக்கம்

புத்தக பட்டியல்

1	Research in Education, 10th Edition	Best & Kahn
2	Research Methodology	C.R.KOTHAR
3	Methodology of Educational Research	Lokesh Koul
4	Case Study Research	John Mcleod
5	Foundations of Behavioral Research	Fred N Kerlinger
6	Educational research	John W. Creswell
7	Understanding the research problem	Paul Oliver
8	Research Methods	Rashmi Agrawal
9	Methodology of Research in Social Sciences	Krishnaswami & Ranganatham
10	Advance Educational Statistics	A A Ansari
11	Statistics in Psychology and Education	S K Mangal
12	Statistics in Psychology and Education	Henery E Garrett
13	Understanding Educational Research	Deobold Van
14	Research Perspectives in Education	William Talyor
15	Research Methods in Social Sciences	Sharma, Prasad, Satyanarayana
16	The Methodology of Educational Research	Good, Barr & Scates
17	Educational Research	Sharif Khan
18	Elements of Statistics for Psychology & Education	Leonard Horowitz
19	Conducting Educational Research	B W Tuckman

20	Methodology & Techniques of Social Research	Wilkinson & Bhandarkar
21	The making of Educational research	D G Samant
22	Research Methodology	V V Khanzode
23	An Introduction to Qualitative Research	Uwe Flick
24	Introduction to Research in Education	Ary, Jacobs & Razavieh
25	Educational Research Methods	Nisbet & Entwistle
26	Fundamentals of Educational Research	Saxena, Mishra & Mohanty
27	Elements of Educational Research	Sukhia, Mehrotra & Mehrotra
28	Conducting Education Research	Usha Rao
29	Research Methodology & Statistical techniques	Santosh Gupta
30	Scientific Methods & Social Research	B N Ghosh
31	Educational Research	J C Aggarwal
32	Implementation of Educational Research	S R Sharma
33	Research in Education	John L. Hayman
34	Appraising Educational Research	Millmon & Gowin
35	Methods in Social Research	Goode & Hatt
36	Methodology of Educational Research	R N Sharma
37	Qualitative Research for Education	Bogdan & Biklen
28	Research Methodology	R. Cauvery
29	Introduction to Educational Research	Ismail Thamarasseri
40	Psychological Testing	Robert Gregory
41	Research Methodology	Rao & Pasumarti
42	Research in History	D D Chaturvedi
43	Research an Introduction	Robert Ross
44	Methodology & Techniques of Educational Research	Y K Sharma
45	Research in Education	Chandra & Sharma
46	Methods of Educational Research	Max Engelhart

47	Research in Emerging Fields of Education	Y P Aggarwal
48	Statistics in Educational Research	R P Pathak
49	Statistical Methods	S P Gupta
50	First Handbook of Psychological and Social Instruments	Udai Pareek & T V Rao
51	Second Handbook of Psychological and Social Instruments	D M Pestonjee
52	Action Research in Education	Mary McAteer
53	Action Research	Usha Rao
54	Research Methods in Education	Cohen, Manion & Morrison
55	Designing and Managing a Research Project	Polonsky & Waller
56	Research Methods	Agrawal & Rao